Đốt Lửa Trại Với 100 Công Thức Ngon Dễ Làm Cho Cắm Trại Cuối Tuần

AF750141

Tận hưởng các hoạt động ngoài trời tuyệt vời với Sổ tay nấu các bữa ăn đơn giản và ngon miệng của chúng tôi

Diệu Đặng

từ chối trách nhiệm

Thông tin trong cuốn sách này nhằm mục đích phục vụ như một bộ sưu tập toàn diện các chiến lược mà tác giả của cuốn sách này đã thực hiện nghiên cứu. Tóm tắt, chiến lược, mẹo và thủ thuật chỉ được tác giả đề xuất và việc đọc Cuốn sách này sẽ không đảm bảo rằng kết quả của một người sẽ phản ánh chính xác kết quả của tác giả. Tác giả của cuốn sách đã thực hiện tất cả các nỗ lực hợp lý để cung cấp thông tin hiện tại và chính xác cho độc giả của cuốn sách. Tác giả và các cộng sự của nó sẽ không chịu trách nhiệm pháp lý cho bất kỳ lỗi hoặc thiếu sót không chủ ý nào có thể được tìm thấy. Tài liệu trong Sách có thể bao gồm thông tin từ bên thứ ba. Tài liệu của bên thứ ba bao gồm các ý kiến được thể hiện bởi chủ sở hữu của họ. Do đó, tác giả của Cuốn sách không chịu trách nhiệm hoặc trách nhiệm pháp lý đối với bất kỳ tài liệu hoặc ý kiến của bên thứ ba nào. Cho dù là do sự phát triển của internet hay do những thay đổi không lường trước được trong chính sách của công ty và nguyên tắc gửi biên tập, những gì được coi là sự thật tại thời điểm viết bài này có thể trở nên lỗi thời hoặc không thể áp dụng được sau này.

GIỚI THIỆU

Một danh sách thực phẩm cắm trại thành công có thể hơi khó chuẩn bị khi tổ chức cho buổi cắm trại cuối tuần tiếp theo của bạn. Nhưng nó không phải là tất cả!

May mắn thay, cuốn sách công thức nấu ăn này sẽ giúp bạn dễ dàng tìm hiểu về các đồ dùng cắm trại và vui vẻ lên kế hoạch tùy chỉnh cho chuyến đi của mình.

- Cắm trại là để trở về với thiên nhiên và tận hưởng không gian ngoài trời tuyệt vời. Và với Đốt Lửa Trại Với , bạn có thể thưởng thức những bữa ăn ngon và dễ dàng, rất phù hợp cho những chuyến cắm trại cuối tuần của bạn.
- Với 100 công thức nấu ăn được thiết kế dành riêng cho hoạt động cắm trại, bạn sẽ tìm thấy những bữa ăn dễ chế biến, ngon miệng và dễ dọn dẹp.
- Từ bữa sáng thịnh soạn đến bữa trưa và bữa tối dễ dàng, cuốn sách dạy nấu ăn này có mọi thứ bạn cần để tạo ra những bữa ăn tuyệt vời trong khi tận hưởng vẻ đẹp của thiên nhiên.
- Vì vậy, cho dù bạn là một người cắm trại có kinh nghiệm hay mới bắt đầu, Đốt Lửa Trại Với là cuốn sách dạy nấu ăn hoàn hảo cho bất kỳ ai yêu thích hoạt động ngoài trời tuyệt vời và những món ăn ngon.

Với 100 công thức nấu ăn ngon và dễ dàng, Đốt Lửa Trại Với là cuốn sách dạy nấu ăn tuyệt vời dành cho những ai yêu thích cắm trại và những món ăn ngon. Vì vậy, hãy tận hưởng không gian ngoài trời tuyệt vời và nấu nướng lửa trại thật ngon nào !

BỮA ĂN SÁNG

1. Burritos cắm trại cuối tuần

THÀNH PHẦN:

- bình xịt nấu ăn
- 1 bánh tortilla vừa
- 1-2 quả trứng tùy sở thích
- 2 dải thịt xông khói hoặc 2 xúc xích hành tây
- tiêu xanh
- muối và tiêu

HƯỚNG DẪN:

a) Để làm món burritos ăn sáng nhanh chóng, dễ ăn này, hãy bắt đầu bằng cách tạo một lớp than nóng và đặt chảo rán lên trên. Xịt chảo bằng bình xịt nấu ăn và đặt thịt xông khói hoặc xúc xích lên trên.

b) Trong khi thịt xông khói hoặc xúc xích đang nấu, trộn một bát trứng và hành tây hoặc ớt băm nhỏ với nhau. Khi thịt xông khói hoặc xúc xích đã chín, để ráo nước trên khăn giấy và đặt sang một bên.

c) Đổ hỗn hợp trứng của bạn vào chảo. Khuấy thường xuyên, vì than của bạn có thể sẽ nóng hơn nhiệt độ nấu tối ưu của trứng.
d) Khi nướng xong (chỉ nên để 5-10 phút), cho thịt và trứng đã nấu chín vào giữa bánh tortilla, nêm muối và tiêu cho vừa ăn rồi cuộn lại.

2. Cắm trại Bánh mì nướng caramel kiểu Pháp

THÀNH PHẦN:

- 1 ổ bánh mì cuộn quế
- 1 chén đường nâu đóng gói
- 1½ que bơ
- 1 chén xi-rô ngô nhẹ
- 4 quả trứng
- 1 muỗng cà phê vani
- ½ cốc đậu nành/sữa hộp

HƯỚNG DẪN:

a) Đặt một đĩa sang một bên gần lửa để sưởi ấm. Trộn trứng, sữa và vani vào tô trộn và trộn đều.

b) Ngâm bánh mì trong hỗn hợp và nấu trong chảo rán theo cách thông thường. Giữ ấm bánh mì nướng kiểu Pháp đã hoàn thành trên đĩa gần lửa và đậy bằng giấy thiếc. Bơ nhẹ mỗi bên của mỗi miếng để tăng thêm hương vị và độ ẩm.

c) Cũng trong chảo đó, cho đầy bơ vào và đun chảy. Thêm đường nâu và xi-rô ngô và nấu cho đến khi đường tan chảy.

d) Cho phép nấu cho đến khi bạn có nước sốt caramel thơm ngon.

e) Di chuyển chảo chiên quanh ngọn lửa để tìm nơi nước sốt sủi bọt nhẹ nhưng không sủi bọt hoặc sôi trào.

f) Chia các lát bánh mì nướng kiểu Pháp ra đĩa và thêm nước sốt vào từng lát

3. <u>Cắm trại Men Pancakes</u>

THÀNH PHẦN:

- 3 chén bột mì trắng (hoặc trộn trắng và lúa mì nguyên cám)
- 3 ly sữa ấm
- 4 muỗng canh dầu thực vật
- 3 quả trứng, đánh cho đến khi sủi bọt
- 1 muỗng cà phê muối
- 1 muỗng canh đường
- 2 gói men khô (tăng nhanh)
- 2 muỗng canh sữa chua nguyên chất

HƯỚNG DẪN:

a) Thêm cả hai gói men khô vào sữa ấm.

b) Dùng que đánh tan men hoàn toàn.

c) Thêm hỗn hợp hỗn hợp này vào bột trong một bát trộn lớn. Sau đó, thêm trứng và khuấy đều.

d) Thêm dầu, muối, đường và sữa chua. Sau khi gấp lại những thứ này

e) nguyên liệu, đậy bát trộn bằng một chiếc khăn ẩm và đặt bát ở nơi ấm áp (Nếu bạn có lò nướng gas có đèn hoa tiêu thì đây là một nơi hoàn hảo, nếu không, một nơi dưới ánh nắng mặt trời sẽ hoạt động tốt).

f) Để hỗn hợp bột nổi lên (trong khoảng từ 20 đến 40 phút) cho đến khi nó có kết cấu bọt rất nhẹ.

g) Làm nóng vỉ nướng hoặc chảo rán lớn cho đến khi bạn có thể đổ những giọt nước lên đó và chúng nảy lên. Điều chỉnh lửa (hoặc nhiệt độ bếp) cho phù hợp nhưng lưu ý để lửa vừa phải. Nhiệt độ thấp hơn hoạt động tốt nhất.

4. <u>xốp cắm trại màu cam</u>

THÀNH PHẦN:

- hỗn hợp bánh nướng xốp
- quả mọng tươi
- 6 quả cam rốn

HƯỚNG DẪN:

a) Lấy hỗn hợp bánh nướng xốp yêu thích của bạn và thêm vào một số quả mọng tươi.

b) Cắt đôi quả cam và loại bỏ các phần, nhưng không chọc lỗ trên vỏ.

c) Đổ hỗn hợp muffin vào một nửa màu cam và đậy bằng nửa còn lại. Bọc trong giấy bạc và nấu trong 10 đến 12 phút hoặc theo chỉ dẫn trên hướng dẫn trộn.

5. Cắm trại bột yến mạch Deluxe

THÀNH PHẦN:

- 2 chén bột yến mạch nhanh
- 3 cốc nước
- ¼ chén dâu tây hoặc chuối tươi khử nước
- 10 quả óc chó
- ¼ chén hạt hướng dương

HƯỚNG DẪN:

a) Đun sôi nước trên lửa hoặc bếp (thêm nước nếu cần).

b) Thêm các nguyên liệu còn lại và thưởng thức sau 5 phút đun nhỏ lửa!

6. Bánh kếp cắm trại của ông nội

THÀNH PHẦN:

- 2 quả trứng
- đựng sữa chua
- 2 chén bơ sữa
- hỗn hợp bánh kếp 2 muỗng canh dầu
- quả mọng
- Ma

HƯỚNG DẪN:

a) Khuấy nguyên liệu.

b) Bột mỏng với Sprite để có độ đặc phù hợp để nấu trên vỉ nướng.

7. Cắm trại Donut Holes

Làm cho: Khoảng 20 bánh rán

THÀNH PHẦN:

- 2 bánh quy bơ trong hộp (loại mở)
- rút ngắn 1 cốc
- 1 chén đường bột hoặc hỗn hợp đường/quế

THIẾT BỊ ĐẶC BIỆT:

- túi giấy

HƯỚNG DẪN:

a) Trên một khu vực làm việc sạch sẽ, đập vỡ các hộp bánh quy và lấy từng chiếc bánh quy, chia thành bốn phần và vo từng miếng thành một quả bóng.

b) Làm tan chảy shortening trong chảo.

c) Lấy từng quả bóng và chiên trong chảo khoảng 1 phút cho mỗi bên.

d) Cố gắng không để chảo quá đông bằng cách nấu tất cả cùng một lúc. Sẽ dễ dàng hơn để làm nâu mỗi bên.

e) Múc viên ra và thả vào túi đầy đường và lắc.

8. Bánh mì nướng kiểu Pháp cắm trại

THÀNH PHẦN:

- 2 pound thịt xông khói thái lát dày
- bánh mì chua
- 4-6 quả trứng
- tinh dầu vanilla
- que quế
- xi-rô phong

HƯỚNG DẪN:

a) Có được một ngọn lửa thực sự tốt với than. Sử dụng chảo gang, chiên thịt xông khói. Giữ lại tất cả mỡ thịt xông khói trong chảo.
b) Cắt bánh mì bột chua thành lát dày ít nhất 1 inch.
c) Đánh đều trứng, một ít nước, nhiều chiết xuất vani thật và một ít quế nghiền vào bát.
d) Nhúng bánh mì vào hỗn hợp trứng cho thấm đều rồi cho vào mỡ heo xông khói nóng hổi.
e) Nấu cho đến khi có màu nâu và giòn.
f) Đổ xi-rô cây phong thật lên trên.
g) Hương vị tốt nhất bên ngoài trong rừng!

9. C amping C owboy Coffee

THÀNH PHẦN:

- 1 muỗng canh cà phê xay thô
- cốc 8 ounce

THIẾT BỊ ĐẶC BIỆT:

- que nhỏ, sạch hoặc cốc sỏi phù hợp với đồ uống nóng khăn rằn sạch

HƯỚNG DẪN:

a) Cho nước vào nồi và đun sôi. Nó sẽ sôi nhanh hơn nếu có nắp đậy.

b) Sau khi nước sôi, thêm một thìa cà phê xay thô vào mỗi cốc. Thêm ít hơn nếu bạn thích cà phê yếu, nhiều hơn nếu bạn thích nó mạnh.

c) Để nước sôi trong hai hoặc ba phút, sau đó lấy bình cà phê ra khỏi bếp. Lưu ý rằng một số bã cà phê nổi trên bề mặt trong khi một số khác chìm xuống đáy bình.

d) Lấy que hoặc sỏi và thả nó vào bình cà phê.

e) Điều này sẽ phá vỡ sức căng bề mặt và cho phép các bãi nổi chìm xuống.

f) Khi bã đã lắng xuống đáy, hãy rót cà phê vào cốc của bạn. Nếu bạn thực sự lo lắng về việc bã cà phê dính vào răng, hãy dùng khăn rằn để đổ cà phê qua.

g) Tuy nhiên, rót cẩn thận có thể giảm thiểu lượng bã lọt vào cốc của bạn, cũng như có thể nhấm nháp cẩn thận.

10. Băm trại

THÀNH PHẦN:

- 4 chén khoai tây nâu khô băm nhỏ
- 2 gói súp hành tây trộn
- 1 ½ lb thịt xay hoặc xúc xích
- Các loại gia vị, để hương vị
- 6 chén nước

HƯỚNG DẪN:

a) Nướng thịt dưới đáy chảo. Chia nhỏ thịt khi nấu để đảm bảo rằng tất cả thịt hồng (tươi) đều đã chín.

b) Thêm hỗn hợp nước và súp khuấy đều. Đun sôi và đun nhỏ lửa trong vài phút.

c) Thêm khoai tây khô và khuấy để trộn. Đậy nắp nồi và di chuyển đến mép lửa trong khoảng 10 phút để khoai tây phồng lên cùng với nước.

d) Bắc nồi lên bếp và khuấy trong khi nấu khoai tây. nấu khoảng 5-10 phút.

e) Phục vụ nóng.

f) Gia vị có thể được thêm vào với khoai tây theo sở thích của người nấu.

g) Ớt cay, bột ớt, húng quế, gia vị Ý đều tốt.

11. Cacao nóng lửa trại

THÀNH PHẦN:

- 8 lít sữa bột
- 16 ounce Nestle nhanh
- 1 chén đường bột

HƯỚNG DẪN:

a) Kết hợp tất cả các thành phần, bảo quản trong hộp kín.

b) Để pha ca cao nóng: thêm 5 muỗng cà phê hỗn hợp vào 8 ounces nước nóng.

12. Cắm trại Cheesy Devils

THÀNH PHẦN:

- 4 lát bánh mì
- 2 lon jambon phết
- 1 quả cà chua, thái lát mỏng
- 4 lát phô mai Mỹ trắng

HƯỚNG DẪN:

a) Trải từng lát với một ít giăm bông phết, trên cùng là một ít cà chua và sau đó là phô mai.

b) Bọc lỏng lẻo trong giấy bạc để phô mai không chạm vào.

c) Đặt trên giá lửa trại trong 10-15 phút.

MÓN KHAI THÁC VÀ MÓN QUAY

13. quán ba lô

THÀNH PHẦN:

- 1 chén bơ
- 4 quả trứng - đánh nhẹ
- 1 ½ chén đường nâu
- 2 chén hạnh nhân nguyên hạt
- 1 chén yến mạch nấu nhanh
- 1 chén sô cô la chip
- 1 chén bột mì nguyên chất
- ½ chén chà là xắt nhỏ
- 1 chén bột mì trắng
- ½ chén quả mơ khô xắt nhỏ
- ½ chén mầm lúa mì
- ½ chén dừa nạo
- 4 muỗng cà phê vỏ cam nạo

HƯỚNG DẪN:

a) Làm nóng lò nướng ở nhiệt độ 350. Kem bơ với 1 chén đường nâu.

b) Khuấy yến mạch, bột mì, bột mì trắng, mầm lúa mì và vỏ cam.

c) Nhấn hỗn hợp vào đáy chảo nướng 9 x13 inch không bôi trơn.
d) Kết hợp trứng, hạnh nhân, sô cô la chip, quả chà là, quả mơ, dừa và ½ chén đường nâu còn lại. Trộn nhẹ nhàng, nhưng kỹ lưỡng.
e) Đổ hỗn hợp bơ lên trên. Trải đều. Nướng 30-35 phút và để nguội trước khi cắt thành thanh.

14. khoai tây nướng thịt xông khói

THÀNH PHẦN:

- 5 pound khoai tây trắng tròn
- 1 pound thịt xông khói thái lát mỏng
- giấy nhôm

HƯỚNG DẪN:

a) Chà khoai tây trong nước, chọc bằng nĩa. Bọc trong một lớp thịt xông khói. Bọc trong giấy bạc, mặt sáng bóng hướng vào bên trong.

b) Đặt dọc theo than của lửa trại, thường xuyên xoay bằng kẹp dài.

c) Kiểm tra độ chín bằng cách dùng nĩa chọc vào, khi nĩa trượt dễ dàng vào khoai tây thì lấy ra khỏi lửa.

d) Phục vụ với sự lựa chọn của bạn về lớp trên bề mặt và để dành bất kỳ thức ăn thừa nào để hâm nóng cho bữa sáng.

e) Thức ăn thừa có thể được cắt nhỏ và trộn với trứng bác và phô mai để có một bữa sáng ngon miệng nhanh chóng.

15. bánh gừng cốc màu cam

THÀNH PHẦN:

- 7 quả cam
- Hỗn hợp bánh gừng yêu thích của bạn

HƯỚNG DẪN:

a) Rỗng những quả cam từ trên xuống, đảm bảo rằng bạn không cắt một lỗ nào trên quả cam (ngoài phần trên cùng).

b) Đổ bột bánh gừng vào nửa quả cam.

c) Quấn lỏng quả cam trong giấy nhôm.

d) Đặt những quả cam có lá nhôm vào than của lửa trại và để nấu trong khoảng 12 phút hoặc lâu hơn.

e) Kiểm tra xem bánh gừng đã chín chưa. Nếu không, đặt trở lại than và nấu thêm vài phút nữa.

f) Thưởng thức!

16. Cắm trại Bánh mì Pizza Sandwiches

THÀNH PHẦN:

- Bánh mỳ
- Bơ
- 1 lon Sốt Pizza
- Pepperoni, thái lát
- 1 gói Phô mai Pizza vụn

HƯỚNG DẪN:

a) Cắt một phần giấy bạc đủ lớn để bọc bánh sandwich pizza của bạn. Đặt mặt xỉn màu của giấy bạc lên trên.

b) Bơ một mặt của lát bánh mì và đặt mặt bơ xuống dưới.

c) Phết sốt pizza lên bánh mì. Thêm pepperoni (hoặc bất cứ thứ gì).

d) Thêm phô mai pizza. Bơ một mặt của một lát bánh mì khác và đặt mặt bơ đó lên bánh sandwich pizza của bạn.

e) Bọc bánh mì pizza của bạn trong giấy bạc và đặt trên than nóng trong 3-4 phút mỗi mặt, tùy thuộc vào độ nóng thực sự của than.

f) Mở gói và ăn.

17. Trại Xiên Cantaloupe

THÀNH PHẦN:

- 1 quả dưa đỏ
- ½ cốc mật ong
- ¼ chén bơ
- ⅓ chén lá bạc hà tươi xắt nhỏ

HƯỚNG DẪN:

a) Làm nóng lò nướng ở nhiệt độ trung bình.

b) Xiên các miếng dưa đỏ vào 4 xiên. Trong một cái chảo nhỏ, đun nóng bơ hoặc bơ thực vật với mật ong cho đến khi tan chảy. Khuấy bạc hà.

c) Chải dưa đỏ với hỗn hợp mật ong. Tra dầu nhẹ.

d) Đặt xiên trên vỉ nướng nóng. Nấu trong 4 đến 6 phút, lật để nấu tất cả các mặt.

e) Phục vụ với nước sốt còn lại ở bên cạnh.

18. Mâm cỗ đôi Kabob

THÀNH PHẦN:

- Xúc xích gói 16 ounce - cắt làm đôi
- Gói 16 ounce hun khói hun khói - cắt làm đôi
- Khoai tây chiên bít tết đông lạnh gói 30 ounce

HƯỚNG DẪN:

a) Xiên xen kẽ tất cả các thành phần trên xiên; quấn lỏng lẻo trong giấy bạc nặng, nếu muốn.

b) Nướng, không có nắp nướng, ở nhiệt độ trung bình cao (350-400 độ) 3-4 phút mỗi bên.

19. Sandwich nóng lửa trại

THÀNH PHẦN:

- Các gói bánh cuộn nhỏ, hoặc 2 tá cuộn kaiser
- 1½ pound thịt nguội cạo
- ½ khối phô mai Velveeta cắt nhỏ
- 7 quả trứng luộc thái hạt lựu
- 3 muỗng canh sốt mayonaise

HƯỚNG DẪN:

a) Kết hợp tất cả các thành phần và điền vào cuộn.

b) Bọc riêng từng chiếc bánh sandwich trong giấy bạc và đun trên lửa trại trong khoảng 15 phút.

c) Điều này làm cho: một bữa ăn nhẹ lửa trại đêm khuya tuyệt vời hoặc một bữa sáng dễ dàng.

BÁNH MÌ

20. Bánh mì gừng và sốt táo

THÀNH PHẦN:

- 1 hộp hỗn hợp bánh gừng
- lọ nước sốt táo 24 ounce

HƯỚNG DẪN:

a) Bắt đầu đốt lửa trại bằng gỗ cứng.

b) Đổ nước sốt táo vào lò gang kiểu Hà Lan đã bôi mỡ.

c) Trộn bột bánh gừng theo hướng dẫn và đổ nước sốt táo lên trên.

d) Đặt cái lò Hà Lan có nắp đậy lên một lớp than và đặt một cái xẻng đầy than nóng lên trên nắp. KHÔNG đặt lò kiểu Hà Lan VÀO một lớp than lớn mà chỉ đặt trên một lớp than nóng.

e) Nếu sử dụng than củi, hãy đặt lò nướng kiểu Hà Lan trên một lớp than nóng và đặt một lượng tương tự trên nắp.

f) Kiểm tra độ chín sau 20 phút. Bạn không muốn nước sốt táo bị cháy, nhưng bạn muốn bánh mì gừng được nấu chín. Dùng tăm để thử. Phục vụ nóng!

21. Cắm trại bánh ngô xanh

THÀNH PHẦN:

- 2 chén bột ngô xanh
- 1 muỗng canh dầu ô liu
- 1 ½ cốc nước ấm
- nhúm muối thô

HƯỚNG DẪN:

a) Trộn bột ngô xanh với dầu ô liu và nước ấm với một chút muối.

b) Lăn bột tortilla thành những viên bột tròn có kích thước bằng quả bóng tennis và ấn phẳng chúng giữa các túi sản phẩm trong suốt.

c) Chiên chúng trên lửa trong chảo sắt.

22. Bánh mì Bannock cơ bản

THÀNH PHẦN:

- 1 chén bột (màu trắng hoặc hỗn hợp của trắng và lúa mì nguyên chất)
- 1 muỗng cà phê bột nở
- ¼ muỗng cà phê muối
- ¼ chén sữa bột khô
- 1 muỗng canh rút ngắn

HƯỚNG DẪN:

a) Làm hỗn hợp ở nhà trước thời hạn. Rây tất cả các nguyên liệu khô, sau đó cắt dần phần mỡ thừa bằng máy cắt bánh ngọt hoặc hai con dao cho đến khi bạn có một hỗn hợp dạng hạt, giống như bột ngô.

b) Đóng gói trong túi zip-lock để vận chuyển dễ dàng. Bạn có thể tạo các lô lớn cùng một lúc và tạo đủ hỗn hợp Bannock cho một chuyến đi trong thời gian ngắn. Đảm bảo rây kỹ các nguyên liệu khô để bạn không gặp vấn đề về men.

c) Chìa khóa để nướng là nhiệt phù hợp. Mặc dù ngọn lửa không có nghĩa là ngọn lửa nấu ăn tồi, nhưng ngọn lửa đỏ rực từ gỗ cứng hoạt động tốt nhất. Bắt đầu với một chiếc chảo gang nhỏ và cho dầu ăn vào.

d) Đổ một ít nước vào túi có khóa kéo và trộn đều. Bởi vì nước và bột nở tạo thành carbon dioxide để làm cho bánh mì nhẹ, bạn chuyển từ trộn sang chảo càng nhanh thì Bannock của bạn sẽ càng nhẹ (mặc dù vậy sẽ luôn có vón cục).

e) Bạn thêm bao nhiêu nước tùy thuộc vào độ ẩm và sở thích cá nhân. Bạn không muốn nó mỏng hơn độ đặc của bánh nướng xốp. Bạn có thể phân phối bột bằng cách chọc ngón tay hoặc que hoặc thìa nếu cần, nhưng bột sẽ thành một khối khá đồng nhất. Hãy nhớ rằng, việc thêm nước luôn dễ dàng hơn là lấy ra.

f) Bóp hỗn hợp ra khỏi túi và cho vào chảo đã được làm ấm (không nóng quá mức - nếu dầu đang bốc khói thì nó quá nóng). Có thể hơ chảo trên lửa nếu bạn có vỉ nướng, hoặc dựa vào một vài khúc gỗ gần nguồn nhiệt. Nó không nên rít hoặc xèo xèo như bột bánh kếp, điều đó có nghĩa là mọi thứ quá nóng. Làm mát nó đi và kiên nhẫn. Bánh mì sẽ bắt đầu tăng lên từ từ.

g) Bannock của bạn sẽ bắt đầu trông giống như ổ bánh mì. Tại thời điểm này, bạn sẽ muốn lật nó: một chút lắc chảo và hất cổ tay có thể lật nó, nhưng thìa cũng là một trò chơi công bằng. Tại thời điểm này, chỉ cần tiếp tục xoay nó. Bạn sẽ biết khi nó được thực hiện.

h) Nếu có nắp đậy, bạn có thể thử nấu kiểu lò Bannock Dutch và đặt than lên nắp chảo. Nếu không, bạn có thể lật nó để nấu phần trên (cẩn thận!) hoặc nếu không, khi phần dưới đã chín, hãy chống chảo lên một khúc gỗ với mặt trên hướng về phía ngọn lửa.

23. <u>bánh mì trại</u>

THÀNH PHẦN:

- 1 lb Hỗn hợp bánh mì, bất kỳ loại nào
- Bake Packer (lưới nhôm lót đáy nồi)
- Túi lò nướng 1 gallon
- Nước
- Nồi

HƯỚNG DẪN:

a) Cho hỗn hợp bánh mì vào túi; thêm nước theo hướng dẫn và trộn bằng cách nhào túi.

b) Đặt túi vào chậu; che và phơi nắng trong một hoặc hai giờ.

c) Sau khi bánh mì đã nở, nhẹ nhàng lấy túi ra.

d) Đặt dụng cụ gói bánh vào đáy nồi và thêm đủ nước vào nồi để ngập lưới. Đặt túi bánh trở lại nồi và đậy nắp lại.

e) Đặt nồi trên ngọn lửa trực tiếp và nấu ăn.

f) Khi hết thời gian, KHÔNG ĐƯỢC THÁO NẮP. đặt thêm khoảng 20 phút nữa.

g) Tháo nắp; loại bỏ túi nhựa khỏi nồi; rạch mở túi và bóc bánh mì.

h) Lát bánh mì trên nắp nồi.

24. Trại bánh ngô

THÀNH PHẦN:

- 1 chén bột ngô
- 1 chén bột mì
- 2 muỗng cà phê bột nở
- ¾ muỗng cà phê muối
- 1 cốc sữa
- ¼ chén dầu thực vật

HƯỚNG DẪN:

a) Trộn nguyên liệu khô. Khuấy chất lỏng. Cho thìa vào chảo gang 10 hoặc 12 inch đã được bôi mỡ kỹ, đun nóng.

b) Đậy kín.

c) Nướng trên lửa nhỏ trong 20 đến 30 phút, hoặc cho đến khi cứng ở giữa.

d) Khi nướng trên than nóng, đặt chảo trên vỉ nướng thấp, trên giá ba tảng đá trong than hoặc trực tiếp trên than. Đặt than lên trên nắp để phân bổ nhiệt đều hơn.

e) Thực phẩm nướng có nhiều khả năng cháy ở phía dưới hơn so với phía trên. Để tránh bị cháy, hãy kiểm tra nhiệt độ của than trước khi đặt chảo lên chúng.

f) Giữ bàn tay của bạn khoảng sáu inch trên than; trời sẽ nóng, nhưng bạn có thể giữ tay tại chỗ trong tám giây.

25. bánh rán trại

THÀNH PHẦN:

- Dầu ăn
- Bất kỳ loại bánh quy nào trong ống từ phần sữa
- Hỗn hợp quế và đường

THÀNH PHẦN:

a) Trên bếp, đun nóng dầu đủ để chiên bánh quy.

b) Đục một lỗ trên bánh quy bằng ngón tay cái ngay chính giữa.

c) Khi dầu đã sẵn sàng đặt bánh rán trong dầu. Biến khi sẵn sàng.

d) Loại bỏ dầu khi chúng có màu nâu. Ngay lập tức cuộn trong hỗn hợp quế và đường.

26. <u>Bánh mì khỉ lửa trại</u>

THÀNH PHẦN:

- 4 hộp bánh quy
- 1 chén đường
- 1 chén đường nâu
- 4 muỗng canh. Quế
- 1 thanh bơ thực vật

HƯỚNG DẪN:

a) Cắt bánh quy thành các phần tư.

b) Trộn đường và quế trong một túi nhựa. Thả bánh quy vào túi và áo khoác tốt. Đặt trong lò Hà Lan.

c) Đun chảy bơ thực vật và đổ lên bánh quy; rắc đường nâu.

d) Nướng trên than vừa 20 đến 25 phút.

27. Bánh mì bia Hà Lan

THÀNH PHẦN:

- 3 chén bột tự nở
- 3 muỗng canh đường
- 1 muỗng canh hành khô mảnh
- Bia 12 ounce, không có bia đen

HƯỚNG DẪN:

a) Trộn tất cả những thứ khô. Đổ bia vào; trộn lên và đặt trên bề mặt làm việc. Chỉ nhào một chút để tạo thành một quả bóng bột.

b) Làm phẳng nó ra và đặt vào Lò nướng kiểu Hà Lan đã được bôi mỡ kỹ.

c) Đặt Lò Hà Lan vào than (⅓ số than ở dưới - ⅔ số than ở trên) và nướng khoảng 15 đến 25 phút, kiểm tra sau 10 phút đầu tiên hoặc lâu hơn.

d) Khi mặt trên có màu nâu đẹp mắt, lấy ra và dùng.

SÚP VÀ Hầm

28. Gulyas Hungary

Làm cho: 4

THÀNH PHẦN:

- 2 pound thịt cắt thành món hầm, hoặc 1 con gà chặt miếng, hoặc 4 miếng cá không xương
- 4 muỗng canh ớt bột Hungary nhẹ
- một chút ớt bột Hungary nóng
- 3 hoặc 4 quả cà chua lớn
- 2 quả ớt chuông xanh lớn
- 2 củ hành tây, màu vàng ưa thích
- Muối và hạt tiêu cho vừa ăn
- chất béo hoặc dầu để làm khô thịt hoặc cá
- 2 chén kem chua, nếu có

HƯỚNG DẪN:

a) Rán thịt, gà hoặc cá trong chảo.

b) Cắt ớt, cà chua và hành tây: cắt một vài quả thật mịn để nước dùng có hương vị thơm ngon và những quả còn lại thái thô, dễ nhận biết. Cho rau củ vào nồi hầm.

c) Nếu bạn đang sử dụng thịt bò, thịt lợn hoặc thịt gà, hãy thêm thịt đã nướng vào nồi rồi thêm nước để ngập phần thịt rắn khoảng 1 inch.
d) Thêm muối, tiêu và ớt bột "ngọt" - đủ ớt bột để nước dùng có màu nâu đỏ. (Nếu bạn đang dùng cá, hãy thêm nước ngập rau, thêm gia vị và đun nhỏ lửa cho đến khi rau gần mềm trước khi cho cá vào.)
e) Đun nhỏ lửa cho đến khi thịt gần như rơi ra khỏi xương hoặc cá vừa chín tới; thêm nước khi cần thiết, giữ cho nó thành một món súp hầm đặc. Hương vị và điều chỉnh gia vị.
f) Nếu bạn có kem chua, hãy thêm 1 cốc ngay trước khi ăn và khuấy đều. Phục vụ trong bát súp trên khoai tây luộc nóng hoặc mì. Với phần kem chua còn lại, trang trí bát của mỗi người.
g) Chuyển ớt bột nóng để mọi người có thể làm cho phần của họ cay như họ muốn.

29. ớt lửa trại

THÀNH PHẦN:

- 1 pound thịt bò xay
- 1 lon đậu tây lớn
- 1 lon cà chua thái hạt lựu
- 1 lon cà chua xay nhuyễn
- hành và ớt xanh nếu muốn
- 1 phong bì hỗn hợp gia vị ớt
- 1 hộp hỗn hợp muffin ngô Jiffy

HƯỚNG DẪN:

a) Khi các khúc gỗ cháy đỏ rực, hãy sắp xếp chúng thành một vòng xung quanh một khoảng trống có kích thước bằng chiếc nồi của bạn.

b) Đặt một chiếc nồi gang trong không gian và thêm thịt bò xay, hành tây và ớt. Nấu và khuấy cho đến khi thịt bò xay chín vàng.

c) Thêm cà chua, cà chua xay nhuyễn và hỗn hợp gia vị. Đặt nắp trên nồi nấu và để nhiệt qua.

d) Trong khi làm nóng, chuẩn bị hỗn hợp bánh muffin theo hướng dẫn trên bao bì.

e) Khi ớt còn nóng, phết hỗn hợp bánh muffin đã chuẩn bị lên trên ớt.

f) Đậy nắp lại nồi. Đặt than đỏ lên trên nắp và nấu cho đến khi lớp phủ bánh mì ngô chín. Quá trình này sẽ mất bao lâu tùy thuộc vào độ nóng của than. Nó có thể chỉ là 15-20 phút; hoặc có thể lâu hơn.

g) Lấy nồi ra khỏi lửa và phục vụ.

30. Cắm trại Soba Shiitake hầm

Thực hiện: 2-4 phần ăn

THÀNH PHẦN:

- 1-2 củ hành tây, cắt làm tám
- 2-4 củ cà rốt cỡ trung bình, cắt thành lát nửa inch hoặc hơn
- 1 gói mì soba jinenjo
- 1 ounce nấm shiitake khô
- 1 muỗng canh bột protein
- chút muối biển

HƯỚNG DẪN:

a) Cho hành tây và cà rốt đã cắt vào nước và đun sôi. Giảm nhiệt và nấu cho đến khi hành tây và cà rốt gần mềm.

b) Thêm bột protein và muối. Khuấy. Thêm soba Nấu thêm vài phút nữa tùy thuộc vào độ cao cho đến khi soba mềm nhưng không nhũn; tắt đầu đốt

c) Cho nấm đông cô lên trên. Khuấy nhẹ. Khi shiitake được làm ẩm hoàn toàn, khuấy kỹ vào món hầm.

d) Để yên cho đến khi soba sẵn sàng (al dente, hoặc mềm hơn nếu bạn thích) khuấy lại và phục vụ.

e) Món hầm này rất phù hợp cho bữa sáng trước khi yêu cầu đi bộ đường dài hoặc leo núi, và cũng hoàn hảo trước khi nghỉ hưu ở nhiệt độ dưới mức đóng băng (có hoặc không có lửa trại ầm ầm).

31. đậu đen hầm đậu lăng

THÀNH PHẦN:

- 1 củ hành vừa, xắt nhỏ
- 1 củ cà rốt vừa, xắt nhỏ
- 1 củ khoai tây vừa, hình khối
- 5 cốc nước
- 1 chén đậu lăng khô
- 1 chén súp đậu đen
- 2 muỗng canh nước sốt nóng

HƯỚNG DẪN:

a) Cho hành tây và khoai tây vào nồi đun cùng với nước. Đun sôi trong 2 phút.

b) Thêm cà rốt. Đun sôi trong 2 phút.

c) Khuấy trong mảnh. Tắt lửa, đậy nắp và để hơi nước trong 5 phút. Dùng thìa khuấy đều và thêm nước nếu cần.

d) Thêm nước sốt nóng và phục vụ.

32. Súp hạt điều cà rốt C amp C

Thực hiện: 2 phần ăn

THÀNH PHẦN:

- ¼ chén hành khô
- ¼ chén cà rốt bào sợi mất nước
- ¾ chén táo khô
- ¼ chén cơm ăn liền
- ¼ chén bột cà chua
- ¼ cốc nho khô
- ¼ chén hạt điều xắt nhỏ
- bột cà ri
- một ít bột tỏi hoặc mảnh tỏi khô ¾ muỗng cà phê muối

HƯỚNG DẪN:

a) Kết hợp các thành phần ở nhà.

b) Tại khu cắm trại, cho ½ cốc hỗn hợp súp vào cốc cách nhiệt, thêm 1 cốc nước sôi và khuấy đều.

c) Đậy nắp và để yên trong 10 phút.

33. Súp táo cà chua

Thực hiện: 8 phần ăn

THÀNH PHẦN:

- 3 gói súp cà chua khử nước
- 2 gói nước sốt táo khử nước

HƯỚNG DẪN:

a) Pha với nước theo hướng dẫn trên gói súp và đun nóng.

34. cắm trại gà hầm

THÀNH PHẦN:

- 1 lb ức gà không da không xương, thái khối
- 2 lon kem súp gà
- 1-2 chén cà rốt non
- 1 lon khoai tây nhỏ
- 1 lon rau củ (đậu Hà Lan, đậu xanh hoặc thập cẩm)
- 1 củ hành tây xắt nhỏ
- dầu
- muối / hạt tiêu để hương vị

HƯỚNG DẪN:

a) Bôi dầu vào lò nướng kiểu Hà Lan và nấu gà cho đến khi có màu trắng ở tất cả các mặt.

b) Thêm các nguyên liệu còn lại, đậy nắp và nấu trên than cho đến khi gà chín và cà rốt mềm, khoảng 20-30 phút.

35. Pizza Pita lửa trại

THÀNH PHẦN:

- bánh mì pita
- Sốt Pizza
- xúc xích tiêu, nấm, cải bó xôi, tỏi, hành tây và/hoặc bất kỳ thành phần nào khác mà bạn thích bất kỳ loại phô mai nào bạn thích
- húng quế, oregano, húng tây, bất kỳ loại gia vị nào bạn thích

HƯỚNG DẪN:

a) Mở pita lên và đặt nước sốt lên cả hai mặt.

b) Đặt các thành phần và gia vị khác giữa các lát.

c) Đóng pita lại, bao quanh bằng giấy thiếc và nấu trên than trong khoảng 10 phút.

d) Lật bánh pizza sau vài phút để đảm bảo cả hai mặt đều chín.

36. Lẩu bí đỏ

THÀNH PHẦN:

- quả bí ngô
- túi vụn bánh mì
- 2 thìa cà phê muối
- thanh bơ
- 1 chén quả nam việt quất khô, nho khô và quả óc chó xắt nhỏ
- 1 chén táo hoặc lê xắt nhỏ
- 1 cốc nước cam

HƯỚNG DẪN:

a) Cắt bỏ phần trên của quả bí ngô và cạo bỏ phần xơ bên trong bằng hạt.

b) Ném vào phần còn lại của các thành phần. Quay trở lại mặt trên, bọc bên ngoài quả bí ngô bằng giấy nhôm và hơ trực tiếp trên lửa.

c) Thỉnh thoảng đảo đều và tắt bếp khi bên trong bí đủ mềm để múc ra.

d) phục vụ trong bát

RAU VÀ MÌ

37. Risotto nấm hoang dã

THÀNH PHẦN:

- nấm xào hoặc tươi
- bơ
- 1 củ hành tây xắt nhỏ
- 1 nắm thảo mộc tươi hoặc khô
- 1 chén gạo arborio
- 1 chai rượu trắng
- 1 nắm phô mai parmesan nạo

HƯỚNG DẪN:

a) Đun nóng chảo và một nồi nước sôi có nắp đậy riêng biệt.

b) Cho một ít bơ, hành tây và rau thơm vào chảo.

c) Khi bơ tan chảy, múc một chén cơm Arborio vào và khuấy đều. Khi gạo trông trong hơn một chút, cho khoảng ¾ cốc rượu trắng vào. Đảo đều, thỉnh thoảng đảo đều cho đến khi gạo ngấm rượu.

d) Sau đó, di chuyển chảo đến nơi nó sôi đều đặn hơn là sôi mạnh, dùng cốc uống nước của bạn để múc lượng nước sôi bằng một cốc vào đó. Thỉnh thoảng khuấy cho đến khi gạo hấp thụ.

e) Lặp lại điều đó một hoặc hai lần nữa, thỉnh thoảng khuấy để chống dính, cho đến khi gạo gần chín.

f) Cùng với muôi nước nóng cuối cùng của bạn, hãy cho nấm, một miếng bơ khác và một ít pho mát parmesan bào nhỏ vào.

g) Khi điều đó được hấp thụ, bạn đã hoàn tất.

38. Cắm trại Chile Enchiladas

THÀNH PHẦN:

- Túi bánh ngô 1 lb
- 2 quả cà chua thái hạt lựu
- 1 củ hành tây xắt nhỏ
- 2 quả ớt thái hạt lựu
- 2 quả ớt thái hạt lựu
- 16 ounce nước sốt enchilada (nóng đến nhẹ)
- 2 chén phô mai bào

TÙY CHỌN TÙY CHỌN:

- nước chanh
- rau mùi xắt nhỏ
- kem chua
- phô mai
- hành xanh hoặc đỏ tươi xắt nhỏ
- các mặt tùy chọn:
- hộp pinto hoặc đậu chiên,
- lon ô liu đen nhỏ,

- tép tỏi,
- lon ngô hoặc hominy

HƯỚNG DẪN:

a) Đổ khoai tây chiên vào một cái lò hoặc nồi lớn có mái che, có thể đặt trên lửa hoặc nướng.

b) Đặt các thành phần rắn tiếp theo theo bất kỳ thứ tự nào và nhẹ nhàng kết hợp chúng bằng thìa. Đổ nước sốt enchilada lên bên trong nồi. Khuấy động nhẹ nhàng.

c) Đun trong khoảng 40 phút cho đến khi phô mai tan chảy và bạn có thể ngửi thấy mùi enchiladas.

d) Thêm toppings.

39. Cắm trại Pasta Bolognese

THÀNH PHẦN:

CHUẨN BỊ Ở NHÀ:

- 1 lon sốt cà chua

TRÊN ĐƯỜNG MÒN:

- mỳ ống
- gia vị

HƯỚNG DẪN:

a) Trước chuyến đi, hãy mở một hộp tương cà chua, phết dày lên một tờ giấy bạc hoặc giấy da lót bánh quy và khử nước trong lò nướng ấm (150 độ hoặc hơn) cho đến khi nó có độ đặc của một dải trái cây. Vớt ra, để nguội, bóc vỏ.

b) Trên đường mòn, đun sôi nước của bạn và thêm mì ống. Lấy mì ống ra khi hoàn thành, để dành một ít nước để bù nước cho da cà chua.

c) Kết hợp vỏ cà chua và mì ống, thêm một chút muối, hạt tiêu và/hoặc rau thơm nếu muốn.

40. sốt kem Trung Quốc

Thực hiện: 4 phần ăn

THÀNH PHẦN:

- 1 gói cream cheese mềm
- 1 lon sốt cà chua nhỏ
- nước tương để hương vị
- Hành tỏi tươi, khô hoặc bột, nấu chín
- 1 gói mì sợi mỏng hoặc mì sợi

HƯỚNG DẪN:

a) Đun sôi nước và nấu mì ống.

b) Trong khi đó, thêm tất cả các thành phần khác với nhau trong một cái chảo nhỏ.

c) Thêm đủ nước để các nguyên liệu trở thành nước sốt đặc vừa phải.

d) Khuấy đều rồi đun trên bếp hoặc lửa trại.

e) Tiếp tục khuấy cho đến khi các thành phần được kết hợp hoàn toàn.

f) Phục vụ trên mì ống nấu chín.

41. Cắm trại Mac và pho mát

Làm cho: 3 phần ăn

THÀNH PHẦN:

- 3 phần mì ống Rotelle
- 2 muỗng canh bơ hoặc bơ thực vật
- 4 tép tỏi đập giập
- 4 muỗng canh mù tạt nâu cay
- 1 chén phô mai provolone, muối và hạt tiêu sữa
- vụn bánh mì Ý

HƯỚNG DẪN:

a) Đun chảy bơ và trộn tỏi và mù tạt.

b) Nấu mì ống và để ráo nước khi chín.

c) Quay trở lại chảo và thêm hỗn hợp mù tạt, phô mai, muối và hạt tiêu.

d) Tại thời điểm này, món ăn có thể được làm nóng nhanh để làm tan chảy phô mai.

e) Hoặc nếu bạn có lò nướng, hãy đặt mì ống vào đĩa hầm và đổ một lượng sữa vừa đủ cho đến khi sữa bắt đầu xuất hiện ở mép đĩa.
f) Phủ vụn bánh mì Ý lên trên và nướng trong khoảng nửa giờ ở nhiệt độ 350 độ cho đến khi vụn bánh mì chuyển sang màu nâu.

SALAD VÀ CÁC MÓN

42. Cắm trại hành nướng

THÀNH PHẦN:

- vài củ hành ngọt
- bơ và/hoặc phô mai

HƯỚNG DẪN:

a) Lấy vài củ hành ngọt và cắt một phần nhỏ ở trên cùng. Để nguyên lớp vỏ bên ngoài.

b) Bọc trong giấy bạc nặng và đặt trong than nóng của lửa trại. Để nguyên và nấu trong khoảng 20 phút.

c) Với một chiếc găng tay bảo vệ và kẹp dài, hãy loại bỏ một củ hành tây và mở ra để kiểm tra độ mềm. Độ chín sẽ phụ thuộc vào kích thước của hành tây.

d) Khi một cái nĩa xuyên qua dễ dàng, lấy ra khỏi lửa/than, lấy ra khỏi giấy bạc, bóc lớp giấy hành tây bên ngoài và phục vụ.

e) Bạn có thể thêm gia vị theo bất kỳ cách nào bạn muốn, có thể thêm một chút bơ ngọt, rắc một ít pho mát parmesan hoặc Romano mới bào hoặc chỉ ăn không.

43. Quả chà là và quả sung nướng

THÀNH PHẦN:

- 12 ngày medjool
- 12 quả sung tươi
- 12 quả hạnh nhân (hoặc hồ đào)

HƯỚNG DẪN:

a) Loại bỏ các hố từ các ngày.

b) Đặt một quả hạnh (hoặc quả hồ đào) bên trong mỗi quả chà là.

c) Đặt quả chà là và quả sung lên vỉ nướng ở nhiệt độ trung bình hoặc thấp, trở thường xuyên.

d) Mất khoảng 5 phút để chuẩn bị và 3 phút để nướng.

44. Cắm Trại Nhồi Bông Nóng Bất Ngờ

THÀNH PHẦN:

- Táo
- Quả hạch
- Quế
- nho khô
- Đường

HƯỚNG DẪN:

a) Cắt lõi của bao nhiêu quả táo tùy thích. Không gọt vỏ.

b) Lấp đầy khoảng trống ở giữa quả táo bằng các nguyên liệu khác hoặc để trống.

c) Bọc riêng từng quả táo trong giấy nhôm hoặc đặt tất cả chúng vào nồi nấu có đậy nắp và đặt chúng trên than ở rìa ngoài ngọn lửa trại của bạn, nơi chúng sẽ chín dần. Thỉnh thoảng xoay để nấu chín đều.

d) Nấu trong 20-30 phút, tùy thuộc vào độ nóng của than.

45. Salad khoai tây trại

THÀNH PHẦN:

- 5 cân khoai tây
- 1 bó cần tây nhỏ
- 2 củ hành tím
- 1 gói kielbasa hoặc xúc xích nóng
- rau mùi tây tươi xắt nhỏ
- Giấm
- 1 chén dầu ô liu
- muối để hương vị
- hạt tiêu đen xay thô hoặc hạt tiêu đỏ nghiền
- rau kinh giới

HƯỚNG DẪN:

a) Cắt khoai tây thành miếng vừa ăn và nấu trong nước muối. Thái nhỏ hành tây, cần tây, rau mùi tây và kielbasa và để riêng.

b) Khi khoai tây đã chín, để ráo nước và cho vào hộp đựng không phải bằng nhôm. Thêm các thành phần thái lát và gia vị.

c) Đổ giấm vào cho đến khi ngập ⅓ nguyên liệu, sau đó thêm một chén dầu ô liu và nước cho đến khi ngập hết.
d) Làm lạnh cho đến khi sẵn sàng để đi. Giữ trên băng khi cắm trại.

46. Khoai tây Tot soong

THÀNH PHẦN:

- 1 túi tater tots
- 1 củ hành tây thái hạt lựu
- 1 hộp nhỏ nấm thái lát
- Thanh bơ 4 ounce, cắt nhỏ
- 1 lon ớt thái hạt lựu

HƯỚNG DẪN:

a) Trộn tất cả các thành phần. Làm một chiếc thuyền từ giấy thiếc. Thêm tất cả các thành phần và niêm phong chặt chẽ.

b) Đặt nó trên lửa trong 30 phút. Nghiền tất cả lên và dùng nóng.

47. Cắm trại khoai tây chiên

THÀNH PHẦN:

- khoai tây sống cắt nhỏ hoặc thái lát, khoảng 2 củ mỗi người
- hành sống thái lát, khoảng 1 vừa mỗi người.
- phô mai bạn chọn (để nấu chảy trên cùng)
- dầu ăn
- hạt tiêu

HƯỚNG DẪN:

a) Đun nóng đủ dầu trong chảo để phủ đều đáy.

b) Thêm khoai tây và hành tây, chiên cho đến khi chín vàng và chín kỹ, lật thường xuyên để tránh bị cháy.

c) Phủ phô mai, đậy nắp chảo và đợi

48. Khoai tây chiên đốt lửa trại

THÀNH PHẦN:

- 4 củ khoai tây, cắt thành dải
- 1 muỗng canh Phô mai Parmesan
- 1 muỗng canh bơ thực vật
- 1 muỗng canh thịt xông khói

HƯỚNG DẪN:

a) Đặt từng củ khoai tây đã thái lát lên một miếng giấy bạc dày.
b) Rắc muối, hạt tiêu và phô mai. Toss để áo khoác.
c) Chấm với bơ thực vật và rắc các miếng thịt xông khói.
d) Bịt kín giấy bạc, để lại một lỗ thông hơi trên đầu.
e) Nướng trên than nóng từ 30 - 45 phút, trở mặt 2 hoặc 3 lần.

CÁ TƯƠI MANG

49. Cá hồi đánh bắt tươi

THÀNH PHẦN:

- cá hồi mới đánh bắt
- dầu ô liu
- 2 quả chanh, cắt lát mỏng
- thì là tươi
- khối nước đá

HƯỚNG DẪN:

a) Làm sạch sáu con cá hồi mới đánh bắt.

b) Trải một miếng giấy nhôm lớn và tráng nhẹ trong dầu ô liu.

c) Xếp cá thành một hàng trên giấy bạc và phủ nhẹ lên trên bằng dầu, lát chanh và nhánh thì là tươi.

d) Đặt một viên đá hoặc từng con cá bên cạnh cá. Che bằng một tờ giấy nhôm lớn không kém khác. Niêm phong chặt chẽ, không thông hơi.

e) Đặt trên giá trên than. Nấu 8 phút mỗi bên và loại bỏ. Đá sẽ tan chảy khi hấp cá trong giấy bạc. Cá sẽ ẩm và bong vảy. Ăn kèm với ngô nướng và salad khoai tây.

50. Cá ván cắm trại

THÀNH PHẦN:

- cá
- Hiền nhân

THIẾT BỊ ĐẶC BIỆT:

- tấm gỗ

HƯỚNG DẪN:

a) Bắt đầu một ngọn lửa trại tốt. Tách một miếng gỗ để bạn có một bề mặt tương đối bằng phẳng.

b) Làm sạch và cắt đôi con cá.

c) Chốt nửa con cá vào mặt phẳng của tấm ván, mặt sườn vào tấm ván. Bạn có thể muốn đặt một ít cây xô thơm hoang dã giữa cá và tấm ván.

d) Dựng tấm ván nghiêng một góc với ngọn lửa, nghiêng con cá về phía ngọn lửa. Mất khoảng 10 phút để nấu cá.

51. cá hồng gừng

THÀNH PHẦN:

- 2 phi lê cá hồng (hoặc cá khác)
- 1-2 quả cà chua
- 1 củ hành tây lớn hoặc một bó hành lá
- 1 quả ớt xanh
- hạt tiêu đen thô và muối biển, để hương vị
- bột tỏi hoặc tỏi nguyên củ đập dập
- củ gừng tươi

HƯỚNG DẪN:

a) Xếp cá hồng đã rửa sạch lên một tờ giấy bạc nặng.

b) Cắt hành tây, cà chua và ớt xanh thành lát. Đặt rau, bao gồm cả tỏi, trên cá hồng.

c) Thái mỏng củ gừng, nhét vào cá. Đậy chặt bằng giấy bạc.

d) Nấu trên lửa trại, hoặc nướng, khoảng 20 phút cho đến khi cá trắng và bong vảy.

52. Đốt Lửa Trại Hải Sản

THÀNH PHẦN:

- đánh bắt tươi trong ngày
- 1 chén cơm, nấu trong nồi trên lửa trại
- hành tây hoang dã hoặc thái hạt lựu để nếm thử
- rau bổ sung để hương vị
- cải dầu, mè hoặc dầu thực vật
- xì dầu

HƯỚNG DẪN:

a) Trộn cơm đã nấu chín và tất cả các loại rau trong chảo với một lượng dầu nhỏ trên lửa vừa.

b) Xào cho đến khi rau mềm, thêm một ít nước tương cho vừa ăn.

c) Cho những miếng phi lê cá vừa đánh bắt vào lá cọ đã rửa sạch, gói kỹ và buộc lại bằng dây lạt. Đặt trên mép lửa trong khoảng bốn đến năm phút, sau đó xoay cho đến khi cá chín.

d) Phục vụ trên cơm và rau, muối và hạt tiêu cho vừa ăn.

53. Tacos cá cắm trại

THÀNH PHẦN:

- phi lê cá rô phi
- bí, bí xanh, hành, v.v.
- 1 lon nước sốt enchilada
- phô mai cắt nhỏ
- bánh
- dầu ô liu
- muối / hạt tiêu để hương vị

HƯỚNG DẪN:

a) Cắt rau thành những miếng có kích thước bằng nhau và nêm phi lê.

b) Chuẩn bị các gói hấp giấy bạc riêng cho từng miếng phi lê bằng cách chà xát với dầu ô liu, đặt một miếng phi lê vào mỗi gói, sau đó xếp các loại rau mong muốn lên trên miếng phi lê. Niêm phong chặt chẽ/gấp các cạnh để giữ hơi nước.

c) Nấu trên lửa khoảng. 15 phút hoặc cho đến khi rau mềm. Rắc bánh tét với phô mai và sốt enchilada.

54. Gói cá Hillbilly

Thực hiện: 2 phần ăn

THÀNH PHẦN:

- đánh bắt tươi trong ngày
- 1 củ hành tây nhỏ
- 2 củ khoai tây
- 2 củ cà rốt
- bí xanh hoặc bí
- Muối và tiêu
- rửa xà lách

HƯỚNG DẪN:

a) Ruột và đánh vảy cá của bạn, nhưng nếu không thì hãy để nguyên con.

b) Bọc cá, rau và gia vị trong giấy bạc dày.

c) Cho một lượng nước xốt salad vừa đủ lên cá và rau. Tiếng Ý là tốt nhất, nhưng Ranch, Raspberry hoặc một số mục yêu thích khác cũng sẽ hoạt động - hãy thử nghiệm.
d) Đậy chặt giấy bạc để giữ hơi nước trong khi nấu. Đặt trên vỉ nướng lửa vừa hoặc gần than lửa trại.
e) Nấu nhẹ nhàng cho đến khi khoai tây và cà rốt chín theo cách bạn muốn.
f) Phần khó nhất là đánh giá mức nhiệt cần thiết để mọi thứ không bị cháy mà cuối cùng vẫn chín.
g) Hãy nhớ rằng nước xốt salad sẽ hấp chín rau.

55. Chả cá ngừ Creole

THÀNH PHẦN:

- 2 muỗng canh bơ thực vật
- 2 muỗng canh bột mì
- 1 củ hành vừa - xắt nhỏ
- 2 muỗng cà phê Hỗn hợp gia vị cắm trại
- ½ quả ớt xanh - xắt nhỏ
- 2 hộp cá ngừ đại dương
- ½ chén cần tây - xắt nhỏ
- 1 ½ chén ngô hạt

HƯỚNG DẪN:

a) Đun chảy bơ thực vật trong chảo và xào nhẹ hành tây, hạt tiêu và cần tây cho đến khi giòn mềm.

b) Thêm bột mì và trộn đều. Thêm các thành phần khác và đun nóng.

c) Dùng với cơm và phô mai Parmesan/Romano bào nhỏ.

GIA CẦM

56. Thịt gà và bánh bao

THÀNH PHẦN:

- 1 con gà non, nguyên con
- 2 củ hành lớn, thái hạt lựu
- 4 nhánh cần tây thái hạt lựu
- 2-3 muỗng cà phê muối
- 2 muỗng cà phê bột nở
- 1 quả trứng
- 2 chén bột mì đa dụng
- sữa, nếu bạn có nó
- 3 muỗng canh dầu, mỡ thịt xông khói, hoặc tiêu đen xay mỡ gà
- vài quả cayenne hoặc nước sốt nóng
- gừng, đậu nành và/hoặc nước cốt dừa

HƯỚNG DẪN:

a) Làm nóng lò Hà Lan. Cho 1 thìa mỡ hành, cần tây vào. Khuấy trên lửa. Loại bỏ nhiệt trước khi chúng có màu nâu.

b) Vớt hành tây và cần tây ra đĩa để dùng sau.

c) Đổ đầy nước vào nửa lò nướng kiểu Hà Lan. Thêm một vài quả ớt cayenne nếu muốn. Thêm 2 muỗng cà phê muối và thịt gà. Đun nhỏ lửa, đậy nắp và để lửa nhỏ trong 35-45 phút.

d) Loại bỏ nhiệt. Để nguội một chút.

e) Vớt gà ra khỏi nước, để lại nước trong lò kiểu Hà Lan. Cho gà ra đĩa và để nguội. Khi đủ nguội để xử lý tách thịt ra khỏi da và xương.

f) Trong khi chờ đợi, chuẩn bị bánh bao bằng cách trộn 1 ½ chén bột mì, 2 muỗng cà phê bột nở, 1 muỗng cà phê muối, 1-2 muỗng canh chất béo/dầu, trứng và ½ chén sữa hoặc nước vào bát (theo thứ tự đó). Nếu bạn không có trứng, đừng lo lắng; có nhiều loại bánh bao.

g) Cho hành tây, cần tây và thịt gà vào nước nóng trong lò Hà Lan. Đặt trên nhiệt. Đun nhỏ lửa.

h) Khi ninh, cho từng muỗng canh vào hỗn hợp bánh bao khoảng 1 muỗng canh (hoặc ít hơn).

i) Trộn đều hỗn hợp với hạt tiêu đen xay.

j) Đậy nắp và đun nhỏ lửa trong 15 phút.

57. cà ri gà couscous

THÀNH PHẦN:

ĐƯỢC MANG TRONG MỘT QUART TỦ ĐÔNG/TÚI BẢO QUẢN:

- 1 chén couscous lúa mì
- 1 túi ức gà hoặc cá hồi
- ⅛ chén rau khô
- 1 khối nước dùng gà
- ⅛ chén nho khô hoặc nam việt quất khô
- 1 muỗng cà phê bột cà ri hoặc gia vị khác

CHO SAU NÀY:

- dừa vụn hoặc hạt điều

HƯỚNG DẪN:

a) Đổ một cốc nước sôi lên các thành phần trong túi và khuấy kỹ.

b) Đẩy phần lớn không khí ra ngoài, đóng túi lại và đặt túi vào một loại vải giữ nhiệt.

c) Để khoảng 5-10 phút rồi thêm một ít dừa nạo và hạt điều hoặc loại hạt yêu thích của bạn.

58. Mì soba Cà ri dừa

THÀNH PHẦN:

- 1 pound mì Soba nguyên cám
- 100 gram (hai gói) bột cốt dừa
- 100 gram thịt gà hoặc protein khác
- 2 muỗng cà phê bột cà ri
- 3 tép tỏi
- 1 củ hành tây hoặc hành khô nhỏ
- 3 ounces dầu (ưu tiên đậu phộng hoặc cải dầu)

KHÔNG BẮT BUỘC:

- ớt xanh thái hạt lựu
- nấm (tái chế nếu khô)
- cà rốt thái lát
- các loại rau khác

HƯỚNG DẪN:

a) Đun nóng dầu trong nồi hai lít hoặc lớn hơn trên bếp trại. Thêm tỏi, bột cà ri, hành khô hoặc hành tươi và khuấy đều cho đến khi tất cả hành được phủ đều.
b) Thêm bất kỳ loại rau tùy chọn và khuấy cho đến khi tráng. Xào trong 2-3 phút.
c) Thêm 5 cốc nước và đun sôi. Thêm mì, thịt gà và bột dừa.
d) Khi mì đã mềm, tắt bếp và thưởng thức.

59. C amping C hicken Squares

THÀNH PHẦN:

- 2 lát bánh mì/người (hoặc bánh mì cuộn đóng hộp)
- giăm bông hoặc thịt gà nấu chín, cắt khối
- hành lá hẹ
- bơ kem phô mai
- muối

HƯỚNG DẪN:

a) Lấy một lát bánh mì cho vào chảo gang. Nếu dùng cuộn hình lưỡi liềm, bạn dùng ngón tay ấn 2 hình tam giác lại với nhau để tạo thành hình vuông.

b) Làm nóng gà trong chảo riêng với một chút bơ và muối. Thêm vào pho mát kem và trộn đều.

c) Múc hỗn hợp gà & kem phô mai vào giữa bánh mì/khối vuông.

d) Nếu sử dụng cuộn, mang các góc lên và xoắn lại với nhau để tạo thành một gói nhỏ.

e) Thêm một lát bánh mì trên cùng, đậy nắp chảo và đun trong lửa trại cho đến khi hoàn thành.

60. Gà mái hấp Cornish

THÀNH PHẦN:

- gà mái Cornish đông lạnh
- muối và/hoặc thảo mộc
- hành lớn
- bơ

HƯỚNG DẪN:

a) Quấn (những) con gà mái Cornish trong quần áo để giữ lạnh. Chúng sẽ tan băng từ từ nếu bạn đi bộ đường dài vào mùa thu. Tùy thuộc vào cách đóng gói tốt, từ 1-3 ngày.

b) Bắt đầu đốt lửa. Những thứ này sẽ nấu trong than.

c) Lấy nhựa ra khỏi gà và rắc muối theo mùa cả bên ngoài và bên trong. Hãy chắc chắn kiểm tra các miếng đệm ở bên trong. Tốt cho nướng.

d) Bọc bằng giấy bạc và chọc một vài lỗ trên giấy bạc. Lấy tờ giấy bạc thứ hai và rắc khoảng 1 thìa nước vào đó rồi bọc thịt gà lại và gấp các mép lại với nhau và dán kín. Nấu trong khoảng một giờ trong than.

e) Nếu thích, bạn có thể cắt bỏ phần đầu của một củ hành tây lớn và loại bỏ vỏ khô. Cắt gần hết lõi/gốc thành khoảng 10 nhát. Đặt một miếng bơ lớn lên trên và bọc bằng giấy bạc.

f) Một lần nữa, nấu trong than trong khoảng một giờ.

g) Cẩn thận, cả hai sẽ rất nóng khi mở ra.

61. gà đá nóng

THÀNH PHẦN:

- 1 con gà nguyên con
- muối tiêu
- gia vị để hương vị

HƯỚNG DẪN:

a) Vào đầu ngày, hãy đốt một đống lửa thật to và đặt tảng đá vào lửa, nơi nó sẽ rất nóng.

b) Chuẩn bị gà với muối, hạt tiêu và nhiều loại gia vị khác để nếm thử.

c) CẨN THẬN lấy tảng đá ra khỏi lửa và đặt nó vào trong khoang của con gà.

d) Bọc gà thật chắc trong khăn lau bát đĩa, sau đó là lá thông hoặc lá thông, sao cho có một lớp vật liệu cách nhiệt dày ít nhất 2 hoặc 3 inch bao quanh gà. Gói kết quả phải lớn bằng một quả bóng rổ, tốt nhất là lớn hơn.

e) Đặt con gà vào túi và treo nó lên cành cây. Để nó trong vài giờ. Nó sẽ nấu từ trong ra ngoài.

f) Loại bỏ khỏi gói và phục vụ. Thịt sẽ rơi ra khỏi xương theo đúng nghĩa đen.

62. gà Fajitas

Thực hiện: 4 phần ăn

THÀNH PHẦN:

- Hỗn hợp gia vị fajita gói 1 ounce
- 1 pound thịt gà
- điệu Salsa
- 1 ớt chuông đỏ hoặc xanh vừa, cắt thành dải
- bánh bột mì
- 1 củ hành tây nhỏ, thái khoanh tròn
- phủ fajita

HƯỚNG DẪN:

a) Làm nóng lò nướng ở mức trung bình cao. Xịt giấy bạc bằng bình xịt chống dính. Đặt một phần tư thịt gà vào giữa trên mỗi tờ giấy bạc; trên cùng với dải hạt tiêu và hành tây.

b) Rắc hỗn hợp gia vị fajita. Mang lên các mặt giấy bạc.

c) Gấp đôi phần trên và hai đầu để niêm phong gói, chừa chỗ cho nhiệt lưu thông bên trong. Lặp lại để tạo bốn gói.

d) Nướng 8 đến 10 phút trong vỉ nướng có mái che.

e) Xào thịt gà và rau củ; đầu với salsa.

f) Bọc trong những chiếc bánh tortilla ấm áp với lớp trên bề mặt fajita yêu thích của bạn.

63. gà trong lon

THÀNH PHẦN:

- 1 con gà nguyên con, ướp gia vị
- 1 lon lớn, chẳng hạn như lon cà phê lớn
- 15 bánh than

HƯỚNG DẪN:

a) Đục lỗ xung quanh hộp cách đáy 1 inch.
b) Tiếp theo, cho than vào hộp và đốt lửa.
c) Để than cháy hết rồi đặt chân gà vào hộp với tư thế dựng đứng.
d) Nếu chân nhô ra một chút cũng không sao.
e) Để nấu trong 3 giờ, không cần quay hoặc chăm sóc.
f) Sau khi nấu chín, mở gà ra và nó sẽ rơi ra khỏi xương.

64. thuốc nổ gà

THÀNH PHẦN:

- 1 pound thịt gà
- 10 quả jalapeños
- 1 chiếc thịt xông khói
- giấy bạc

HƯỚNG DẪN:

a) Cắt jalapeños làm đôi. Lau dọn.
b) Đặt 1 miếng thịt gà mềm vào một nửa jalapeño.
c) Bọc với thịt xông khói.
d) Chuẩn bị tất cả và đặt lên giấy bạc và bọc lại.
e) Nấu trên vỉ nướng hoặc vỉ lửa trong khoảng 20 phút.

65. gà quesadillas

THÀNH PHẦN:

- gà nấu chín, chặt miếng, rút xương
- hành lá thái lát
- ớt xanh và đỏ thái hạt lựu
- ớt jalapenos thái hạt lựu
- phô mai Monterey Jack cắt nhỏ
- phô mai cheddar cắt nhỏ
- điệu Salsa
- bánh bột mì
- dầu ăn
- kem chua

HƯỚNG DẪN:

a) Đun nóng dầu trong chảo hoặc trên vỉ nướng.

b) Đặt bánh tortilla bột vào chảo. Thêm thịt gà, pho mát, hành tây, ớt, ớt jalapenos và salsa với số lượng tùy thích.

c) Nhìn vào mép của bánh tortilla dưới cùng và khi nó có màu nâu, cẩn thận lật quesadilla.

d) Khi các mặt còn lại vàng đều, lấy ra, cắt miếng vừa ăn và dùng với kem chua.

66. thịt gà với nước sốt kem chua

THÀNH PHẦN:

- Gói mì 18 ounce
- 1 gói hỗn hợp súp hành tây
- 2 muỗng canh kem chua (làm từ hỗn hợp khô)
- gà hộp 6 ounce
- lon nước nấm thái lát nhỏ

HƯỚNG DẪN:

a) Đun sôi nước. Thêm hỗn hợp súp hành tây và khuấy cho đến khi hòa tan.

b) Thêm mì và nấu và khuấy cho đến khi mềm (8-10 phút).

c) Vớt mì ra (cố gắng giữ lại càng nhiều hành càng tốt).

d) Kết hợp với kem chua, nấm và thịt gà.

67. Gà nướng lá phong

THÀNH PHẦN:

- 3 muỗng canh xi-rô phong
- 2 muỗng canh tương ớt
- 1 muỗng canh giấm táo
- 1 muỗng cà phê mù tạt Dijon
- 1 pound đùi gà không da không xương

HƯỚNG DẪN:

a) Chuẩn bị thịt nướng (lửa vừa và cao).

b) Khuấy xi-rô cây phong, tương ớt, giấm và mù tạt trong nồi nhỏ cho đến khi trộn đều.

c) Xịt gà bằng bình xịt nấu ăn, nêm muối và hạt tiêu.

d) Xếp gà lên vỉ nướng.

e) Nướng cho đến khi chín, thỉnh thoảng trở mặt và phết đều nước sốt, khoảng ½ giờ.

THỊT LỢN

68. Hỗn hợp Kielbasa ngọt ngào

Làm cho: 4 phần ăn

THÀNH PHẦN:

- 1 củ hành ngọt
- 1 pound Kielbasa hoặc xúc xích
- 4 củ khoai tây
- 2 quả táo

HƯỚNG DẪN:

a) Cắt xúc xích thành những đồng xu và ném chúng vào một cái chảo lớn hoặc chảo nước sốt, di chuyển chúng xung quanh khi chúng nóng lên. Điều này sẽ phủ một lớp dầu lên chảo và giữ cho mọi thứ khác không bị dính.

b) Băm nhỏ hành tây và cho vào chảo. Để hành tây nấu cho đến khi trong suốt, khuấy thường xuyên.

c) Quý khoai tây. Tôi để nguyên vỏ, nhưng bạn có thể bóc vỏ nếu muốn. (Đặt da bên trong vòng lửa của bạn nhưng bên ngoài ngọn lửa. Bạn có thể đốt chúng khi chúng khô.)

d) Cắt khoai tây làm tư thành những lát dày, có độ dày tương đương với đồng xu xúc xích.
e) Khi hành tây trong suốt, thêm các lát khoai tây vào chảo và khuấy chúng để phủ chúng bằng dầu. Thêm đủ nước để ngập khoai tây và đậy nắp chảo.
f) Quý, lõi và cắt táo. Khi khoai gần chín, cho táo vào, đảo đều và mở vung.
g) Để nước sôi đi. (Hút và ngưng tụ hơi nước nếu bạn đang cần nước!) Khuấy nhẹ nhàng để tránh làm nát khoai tây và táo. Phục vụ.

69. Tranh giành khoai tây, bí xanh và xúc xích

THÀNH PHẦN:

- 3 củ khoai tây cắt khối
- 3 quả bí xanh cắt khối
- 1 lb xúc xích Ý (không da)
- 1 củ hành tây xắt nhỏ
- bánh mì pita hoặc bánh ngô
- salsa và phô mai

HƯỚNG DẪN:

a) Xúc xích chiên vàng và để ráo hết trừ 1 thìa dầu mỡ.
b) Thêm hành tây và nêm muối và hạt tiêu.
c) Thêm khoai tây và bí xanh và xào cho đến khi ấm và mềm.
d) Thêm salsa và phô mai theo ý thích của bạn.
e) Phục vụ trong bánh mì Pita hoặc bánh ngô.

70. Sườn heo nướng bằng bia tráng men phong cách Hà Lan

THÀNH PHẦN:

- 8-10 pound sườn lợn nạc không xương
- Bình 16 ounce Giardiniera nhẹ
- 1 chai bia đen Guinness
- Đường 17 chà xát gia vị "Magic Dust"
- 1 cốc xi-rô phong
- 18 ounce nước sốt BBQ yêu thích
- 1 củ hành tím lớn
- 1 quả ớt xanh và đỏ lớn
- ¼ chén dầu ô liu

HƯỚNG DẪN:

a) Bắt đầu đốt lửa để tạo lớp than lan tỏa bên trên và bên dưới lò kiểu Hà Lan. Trong khi than đang nóng lên, chà xát xương sườn bằng "Magic Dust" và để yên.

b) Khi than đã sẵn sàng, hãy trải chúng ra và đặt lò nướng kiểu Hà Lan lên trên. Đun nóng dầu ô liu cho đến khi nó bắt đầu bốc khói.

c) Cẩn thận thêm sườn heo và chiên vàng nhẹ tất cả các mặt. Đừng nấu quá chín.

d) Sau khi tất cả các miếng sườn có màu nâu nhạt, tắt bếp và thêm ớt xanh và đỏ cùng với lọ giardiniera. Bây giờ, thêm 6 ounce Guinness Stout và đậy nắp lại.
e) Đặt phía trên nắp lò Hà Lan. Đảm bảo phân phối than càng đều càng tốt. Kiểm tra sau khoảng 15 phút. Thêm nhiều Guinness nếu cần. Điều chỉnh than khi cần thiết.
f) Để nhỏ lửa trong 30 phút. Bây giờ thêm sốt BBQ/Maple. Đậy nắp lò nhưng chừa đủ chỗ để thoát hơi nước. Thêm than nếu cần.
g) Hấp nhẹ cho đến khi nước sốt sền sệt thấm vào sườn, khoảng 20 phút! Loại bỏ nhiệt và ngồi lại và ngắm cảnh.

71. Thịt Heo Shoyu Nướng Chậm

Thực hiện: 5-6 phần ăn

THÀNH PHẦN:

- 1-2 lb thăn heo
- 1 tép tỏi lớn
- 1 muỗng canh gừng tươi nạo
- 3-4 quả ớt đỏ khô thái nhỏ
- 3 củ hành xanh, xắt nhỏ
- 1 muỗng cà phê hạt mè đen
- 1 nhúm muối
- 1 chén nước tương
- ¼ cốc mirin
- ⅛ chén rượu trắng
- 3-4 muỗng canh dầu mè

THIẾT BỊ ĐẶC BIỆT:

- Xiên tre
- túi zip lớn
- cây gậy cứng được mài nhọn

HƯỚNG DẪN:

a) Chuẩn bị trước: Cho tất cả nguyên liệu ướt vào cốc đo lường, sau đó cho nguyên liệu khô vào trộn đều. Dùng que chọc xiên khắp thăn heo rồi cho vào túi zip-lock.

b) Đổ hỗn hợp đã trộn đều vào cốc đo lường. Lắc đều và bảo quản ít nhất 6 giờ, tốt nhất là để qua đêm.

c) Tại khu cắm trại của bạn, đốt một đống lửa bằng gỗ cứng mạnh (gỗ sồi, hồ đào, càng cứng càng tốt) và để lửa cháy đến mức nóng rực. Cào một số loại than nóng nhất sang một bên hố lửa của bạn và thêm củi tươi vào lửa chính.

d) Lúc này, bạn đã tìm được một cây gậy khô chắc chắn và không có khả năng bị cháy, cạo sạch vỏ cây, đẽo một đầu và xây một giá đỡ bằng đá để neo vào đế của cây gậy.

e) Xiên thăn lợn dọc theo chiều dài của nó và đặt trên than nấu khoảng 6 inch từ mép thăn đến than. Khoảng cách này phụ thuộc vào độ mạnh của ngọn lửa nấu ăn của bạn. Đảm bảo giữ nóng bằng than từ ngọn lửa chính.

f) Tùy thuộc vào ngọn lửa của bạn, quá trình này có thể mất từ 45 đến 90 phút.

g) Trong suốt thời gian nấu cần đảo đều để đảm bảo chín đều.

h) Nó là tuyệt vời phục vụ với rau xanh.

72. cắm trại & đậu xanh

THÀNH PHẦN:

- 1 chân giò heo
- 2 pound đậu xanh tươi (làm sạch và tách)
- 1 lon lớn nước luộc rau hoặc nước
- 1 củ hành lớn (thái nhỏ)
- 2 tép tỏi (thái nhỏ)
- Muối và hạt tiêu cho vừa ăn

HƯỚNG DẪN:

a) Cho chân giò vào nước dùng/nước và đun sôi trong khi bạn làm sạch đậu xanh.

b) Cho đậu xanh vào nước dùng và đun sôi chậm lại bằng cách gạt than sang một bên hoặc vặn nhỏ lửa.

c) Thêm hành, tỏi và gia vị.

73. Giăm bông thịt nai cắm trại

THÀNH PHẦN:

CẢ NGÀY

- 1 giăm bông thịt nai

ƯU ĐÃI QUA ĐÊM:

- dầu ô liu
- rượu vang đỏ
- mù tạc
- gia vị, muối và hạt tiêu

THIẾT BỊ ĐẶC BIỆT:

- vải thưa
- đất sét ướt
- cây búa

HƯỚNG DẪN:

a) Bắt đầu chuẩn bị từ sáng sớm. Bọc giăm bông trong vải thưa. Sau đó phủ hoàn toàn bằng đất sét ướt, chất lượng tốt, dày khoảng ¼ inch. Hãy chắc chắn rằng tất cả giăm bông được phủ đều.

b) Đốt lửa ở nơi có thể dập lửa an toàn. Một cái hố có thể được sử dụng. Xây dựng lửa hào phóng, bao gồm cả một số gỗ cứng. Khi ngọn lửa có than nóng đỏ, hãy che hoàn toàn giăm bông, đắp đống lửa bằng đất lấy ra từ hố hoặc tro từ ngày hôm trước.

c) Để giăm bông trong than cả ngày. Khi nướng xong, đất sét sẽ phát ra âm thanh giống như bề mặt gốm khi gõ vào.

d) Đập đất sét bằng vật cứng, búa là tốt. Cú đánh sẽ làm vỡ đất sét xung quanh giăm bông.

e) Loại bỏ vải phô mai. Phục vụ.

74. nồi nướng

THÀNH PHẦN:

- thịt lợn hoặc thịt bò nướng
- cà rốt
- hành
- các loại rau khác muối, hạt tiêu, gia vị tùy chọn

HƯỚNG DẪN:

a) Lấy một miếng thịt lợn hoặc thịt bò nướng và đặt nó vào một cái nồi nặng có nắp nặng. Thêm cà rốt, hành tây và bất kỳ loại rau nào khác mà bạn thích.

b) Thêm một ít muối và hạt tiêu và có lẽ các loại gia vị khác nữa.

c) Bây giờ, thêm nước để che khoảng một nửa số rang.

d) Đậy chặt nắp và vùi nồi vào than nóng của lửa trại. Tôi làm điều này bằng cách sử dụng tro nóng từ ngọn lửa đêm hôm trước.

e) Hãy chắc chắn để cân nắp với một số đá nặng.

f) Trong vòng hơn 4 giờ, bữa ăn của bạn đã sẵn sàng.

75. Lửa Trại Xúc Xích & Đậu

Làm cho: 4 phần ăn

THÀNH PHẦN:

- 1 củ hành tây cỡ vừa, thái lát mỏng
- 1 quả ớt xanh cỡ vừa, cắt thành hình vuông ½ inch
- 2 muỗng canh dầu thực vật
- 15 ounce có thể nướng thịt lợn và đậu
- 15 ounce đậu bơ có thể, để ráo nước
- 1 lon nấm thái nhỏ, để ráo nước
- 5 ounces xúc xích hun khói ăn liền
- ½ chén catup
- ¼ chén mù tạt
- ⅔ cốc xi-rô phong
- 1 muỗng cà phê oregano
- toàn bộ đinh hương
- lá nguyệt quế nhỏ

HƯỚNG DẪN:

a) Đun nóng dầu trong một cái chảo lớn trên lửa nhỏ và xào nhẹ nhàng các lát hành tây và hạt tiêu cho đến khi hành hơi trong suốt, khoảng 3 hoặc 4 phút.
b) Thêm đậu nướng, đậu bơ và nấm thái lát và khuấy đều.
c) Cắt xúc xích thành miếng vừa ăn và thêm vào đậu, cùng với catup, mù tạt, xi-rô cây thích, lá oregano, đinh hương và lá nguyệt quế.
d) Nấu đậu, thỉnh thoảng khuấy, cho đến khi tất cả các thành phần đều nóng.
e) Phục vụ ngay lập tức.

THỊT BÒ

76. Sườn nướng kiểu Hà Lan

Thực hiện: 4 đến 6 phần ăn

THÀNH PHẦN:

- 3 pound sườn bò ngắn
- 4 củ cà rốt, gọt vỏ và giảm một nửa
- 1 muỗng cà phê muối tốt
- 4 củ khoai tây, gọt vỏ và giảm một nửa
- 1 hạt tiêu bột cho nước thịt
- 2 củ hành tây, thái lát
- ½ muỗng cà phê mù tạt khô
- 2 muỗng cà phê nước cốt chanh
- 2 lá nguyệt quế
- 1 ly nước
- ¼ chén đường nâu

HƯỚNG DẪN:

a) Làm nóng trước lò nướng của Hà Lan trên than, và làm nâu sườn ngắn trong chất béo của chính chúng.

b) Đổ nước nhỏ giọt và nêm muối và hạt tiêu.
c) Thêm hành tây, mù tạt khô, nước cốt chanh, lá nguyệt quế và nước. Đặt nắp lên lò và đậy nắp bằng than nóng.
d) Nấu trong khoảng hai giờ.
e) Tháo nắp, thêm đường nâu, cà rốt và khoai tây.
f) Đậy nắp và nấu thêm một giờ nữa cho đến khi rau mềm.
g) Bỏ lá nguyệt quế và dọn sườn và rau ra đĩa. Làm đặc chất lỏng nấu ăn với bột mì và đổ nước thịt lên trên thịt.
h) Phục vụ nóng.

77. Thịt bò và trứng

THÀNH PHẦN:

- thịt bò băm đóng hộp
- 1-2 quả trứng
- Parmesan cheese
- muối tiêu

HƯỚNG DẪN:

a) Sử dụng lon thịt bò băm đã được nghiền nát để làm "giá đỡ" (hai lớp vì nó sẽ được đặt trên than nóng).

b) Xếp các giá đỡ bằng thịt bò băm. Đập 1-2 quả trứng vào khay đựng với thịt bò băm. Rắc parmesan, muối và hạt tiêu.

c) Bọc giá đỡ bằng giấy bạc và đặt trên than nóng trong 5-10 phút. Mở và phục vụ.

78. bánh chăn cừu

THÀNH PHẦN:

- 1 lb thịt bò xay
- 1 củ hành tây thái nhỏ
- 2 tép tỏi băm
- 4 củ khoai tây cắt khối
- 1 lon đậu xanh
- 1 hộp ngô
- 1 lon phô mai cà chua thái hạt lựu

HƯỚNG DẪN:

a) Trong một chảo gang lớn, thịt bò xay nâu và thêm tất cả các loại rau. Sử dụng chất lỏng trong rau đóng hộp để hấp khoai tây.

b) Đậy nắp và đun nhỏ lửa cho đến khi khoai chín. Top với pho mát nếu bạn muốn.

79. thịt nướng lửa trại

THÀNH PHẦN:

- bít tết sườn
- dầu
- gia vị

HƯỚNG DẪN:

a) Ướp bít tết với một ít nước, dầu ăn và gia vị yêu thích.

b) Tìm một tảng đá phẳng và đốt nó khi nó lớn với nhiều ngọn lửa.

c) Đợi 10-15 phút để đá nóng lên và lửa dịu xuống một chút rồi đặt bít tết của bạn vào đá phẳng và nướng đến độ chín mong muốn.

80. Lướt và Turf trên một cây gậy

THÀNH PHẦN:

- 1 lb tôm hùm (đã sơ chế và hấp)
- 1 lb thịt thăn bít tết (sống)
- ớt đỏ (thô)
- gậy lửa trại

HƯỚNG DẪN:

a) Đơn giản chỉ cần nướng trên lửa như cách bạn nướng kẹo dẻo và thưởng thức món lướt sóng và sân cỏ tươi ngon nhất từ trước đến nay!

81. Shish Kabobs ngon

THÀNH PHẦN:

GIA VỊ:

- 1 chén dầu ô liu siêu nguyên chất
- ¾ chén nước tương
- 1 cốc nước cốt chanh
- ¼ chén sốt Worrouershire
- ¼ chén mù tạt Dijon đã chuẩn bị
- 1 muỗng cà phê tiêu mới xay
- 2 tép tỏi, băm nhỏ
- 1 muỗng cà phê làm mềm thịt

RAU VÀ GÀ:

- cà chua cherry
- một quả ớt xanh, một quả vàng và một quả cam, cắt thành miếng vừa ăn
- hành tím, cắt làm tám
- Nấm
- ức gà và/hoặc bít tết thăn ngoại

HƯỚNG DẪN:

a) Đơn giản chỉ cần đánh các thành phần để tạo ra nước xốt. Tôi ướp thịt và rau trong các túi nhựa riêng biệt.

b) Thịt có thể ướp từ 24 - 48 tiếng và rau củ chỉ từ 4 - 6 tiếng nên không bị nhũn.

c) Tạo kabobs của bạn và đặt trên lửa trại. Bạn sẽ muốn giữ chúng cách xa ngọn lửa và đảm bảo lửa luôn nóng.

d) Có thể mất nhiều thời gian hơn để nấu thịt (đặc biệt là thịt gà), vì vậy bạn có thể muốn đặt một kabob riêng.

e) Cho phép ít nhất 20 phút để nấu trên lửa trại tùy thuộc vào nhiệt độ lửa.

82. M ăn nước xốt

Làm cho: 6 phần ăn

THÀNH PHẦN:

- 1 chén dầu ô liu
- 4 tép tỏi bóc vỏ, thái lát mỏng
- 2 củ hẹ bóc vỏ, thái lát mỏng
- ¼ chén giấm balsamic
- 2 chén nước mận
- 1 cốc nước ép táo
- 1 chén nước tương
- 1 muỗng canh hương thảo tươi, cỏ xạ hương hoặc cả hai
- 1 muỗng cà phê tiêu đen xay
- 6 ounce thịt bò nạc mỗi người
- 3 miếng thịt xông khói mỗi miếng thịt bò

HƯỚNG DẪN:

a) Xay các nguyên liệu ướp cho đến khi nhuyễn mịn. Cho thịt vào hộp và đậy bằng nước xốt trong tối đa 24 giờ.

b) Khi đã sẵn sàng để nấu, loại bỏ và loại bỏ nước xốt, và nướng theo ý thích của bạn.
c) Tắt lửa và để yên trong vài phút (hãy nhớ rằng nó vẫn sẽ chín trong khi nghỉ ngơi). Bọc thịt bò với thịt xông khói (dùng tăm gỗ).
d) Nướng cho đến khi hoàn thành. Có thể ăn kèm với cơm hoặc bánh mì và/hoặc các loại rau tự nhiên hoặc rau xanh do bạn lựa chọn.

83. Bánh bao và thịt bò xay một chảo

Làm cho: 5 phần ăn

THÀNH PHẦN:

- 1 pound thịt bò nạc xay
- 1 củ hành tây lớn, bóc vỏ và thái nhỏ
- 3 tép tỏi tươi băm nhỏ
- 2 muỗng canh dầu ô liu
- Cà chua thái hạt lựu 28 ounce
- 15 ounce có thể cắt đậu xanh
- 1 muỗng cà phê muối, hạt tiêu cho vừa ăn
- 1 muỗng cà phê oregano Hy Lạp nghiền khô
- 1 hộp Bisquick với nguyên liệu làm bánh

HƯỚNG DẪN:

a) Xào thịt bò, hành tây và tỏi trong dầu ô liu trong chảo gang cho đến khi thịt không còn màu hồng. Xả chất béo và nước trái cây.

Thêm cà chua, đậu xanh, muối và oregano. Nấu cho đến khi sôi. Thêm hạt tiêu cho vừa ăn.
b) Trộn bánh quy và đổ từng thìa cà phê đầy lên trên hỗn hợp chảo đang sôi. Đậy nắp và tiếp tục nấu trong 7-8 phút cho đến khi bánh bao chín.

84. ném trâu

THÀNH PHẦN:

- bít tết trâu
- rửa xà lách
- bơ

HƯỚNG DẪN:

a) Ngâm bít tết trâu qua đêm trong nước sốt salad.

b) Ném bít tết trực tiếp lên một chiếc giường than nóng đỏ. Sau 3 hoặc 4 phút ở một bên, lật bằng nĩa được gắn chặt vào một cây gậy dài.

c) Sau khi mặt thứ hai được nấu chín, dùng dĩa và giữ miếng bít tết trâu trong khi đầu bếp thứ hai hỗ trợ bằng cách gõ que để loại bỏ clinker.

d) Bây giờ, nhúng bít tết vào xô bơ, cào một củ khoai tây ra khỏi than, lấy một củ nguội, dựa vào một cái cây và dùng bữa.

85. Mẹo thịt thăn

THÀNH PHẦN:

- chọn miếng thịt nai
- 3 củ hành Vidalia (thái lát)
- tỏi
- Muối và hạt tiêu cho vừa ăn)
- ½ chén bột mì
- 3 gói sốt tiêu xanh thập cẩm yêu thích
- các loại rau khác tùy chọn

HƯỚNG DẪN:

a) Lấy thịt nai chọn lọc và loại bỏ hết lớp da bạc. Rửa kỹ. Nướng trên lửa trong khoảng 2 phút mỗi bên. Cắt thành khối. Lấy chảo ra khỏi lửa.

b) Thêm hành, tỏi, muối và hạt tiêu. Phi thơm hành tây rồi vớt ra khỏi chảo.

c) Lấy hỗn hợp bột mì và nước thịt, cho vào một cốc nước trong chảo lớn.

d) Trong khi khuấy trên lửa nóng, thêm thịt nai, ớt xanh và bất kỳ loại rau nào khác mà bạn muốn. Khuấy thường xuyên cho đến khi tất cả nước thịt và bột mì được hấp thụ vào nước thịt.

86. Bít tết cá ngừ bạc hà chanh

THÀNH PHẦN:

- nước cốt của 2 quả chanh vừa 4-6 tép tỏi băm nhỏ
- 1 chén lá bạc hà tươi xắt nhỏ
- ¾ chén rượu trắng
- ¾ chén tamari
- 1 ¼ chén dầu ô liu
- 2 miếng bít tết cá ngừ hoặc Mahi Mahi

HƯỚNG DẪN:

a) Thêm tất cả các thành phần và ướp trong vài giờ hoặc qua đêm.

b) Đặt cá lên một miếng giấy nhôm hình bát (gấp đôi) và nấu hơn 10 phút, lật thường xuyên cho đến khi cá chín theo ý thích của bạn.

MÓN TRÁNG MIỆNG

87. <u>thuyền chuối</u>

THÀNH PHẦN:

- 1 quả chuối chín mỗi người
- kẹo dẻo mini
- sô cô la chip
- bơ đậu phộng

HƯỚNG DẪN:

a) Kéo lại phần vỏ chuối rộng một inch, nhưng không làm đứt nó ra khỏi chuối (dao có thể giúp tạo hình mảnh tốt nhất)

b) Dùng thìa múc một ít cùi chuối. Đổ đầy kẹo dẻo, sô cô la chip và bơ đậu phộng nếu muốn

c) Đặt vỏ chuối lên trên. Cuộn/quấn chuối trong giấy bạc và đặt trên hoặc gần lửa trại.

d) Hát những bài hát ngớ ngẩn hoặc kể chuyện ma quái (khoảng 10 phút). Tắt lửa, mở màng bọc và dùng thìa múc những miếng bánh ngọt ngào béo ngậy.

88. bánh quê

THÀNH PHẦN:

- 1 cốc bisquick
- ⅓ cốc hỗn hợp ca cao nóng
- ⅓ chén đường
- 1 cốc nước mật ong

HƯỚNG DẪN:

a) Trộn kỹ tất cả các chất rắn, sau đó trộn từ từ trong nước.

b) Cho bột vào chảo chống dính hoặc đã bôi mỡ (chúng tôi dùng một ít dầu ô liu).

c) Nấu trên lửa hoặc bếp, nhưng hãy cẩn thận để kiểm soát nhiệt độ.

d) Để đáy chảo không bị cháy, bạn có thể thay đổi độ cao của chảo hoặc đặt chảo lên trên nồi nước đang sôi.

e) Nếu bạn có một lượng bột dày ½ inch trong chảo, thì sẽ mất khoảng 15 phút để nấu chín kỹ.

f) Nếu bạn muốn, hãy lặp lại để tạo nhiều lớp và xếp chồng lên nhau bằng mật ong.

89. Cắm trại màu cam bất ngờ

THÀNH PHẦN:

- toàn bộ cam
- hỗn hợp bánh gừng
- nguyên liệu làm hỗn hợp
- táo
- nho khô
- cà rốt
- sữa chua va-ni
- rau cần tây
- kẹo dẻo nhỏ
- mayonaise

HƯỚNG DẪN:

a) Cắt đôi quả cam và nạo lấy phần bên trong (tiết kiệm vỏ).

b) Cho bã vào tô lớn. Cắt táo thành lát, cắt hạt lựu cà rốt và cắt cần tây thành những miếng nhỏ vừa ăn. Thêm nho khô và kẹo dẻo.

c) Trộn sốt mayonnaise và sữa chua thành nước xốt để dùng cho món salad.

d) Trong một bát riêng, thêm hỗn hợp bánh và các thành phần khác.

e) Đổ đầy ¾ hỗn hợp bánh đã múc ra vào vỏ cam.

f) Đặt vỏ cam & hỗn hợp bánh trên than đều từ lửa hoặc than đã cháy của bạn. Bạn có thể che lỏng lẻo bằng một tờ giấy bạc.

g) Nướng cho đến khi hoàn thành (kiểm tra tăm). Bây giờ bạn đã có món salad tốt cho sức khỏe và bánh ngọt vị cam để tráng miệng.

90. Lửa trại Cobbler

Làm cho: 6 phần ăn

THÀNH PHẦN:

- 2 hộp lớn hỗn hợp bánh đào, táo hoặc anh đào
- 1 quả trứng
- giật gân sữa

HƯỚNG DẪN:

a) Trong lò kiểu Hà Lan, đổ hai lon trái cây lớn vào nồi.

b) Trộn một hộp hỗn hợp bánh cốm với một quả trứng và một ít sữa.

c) Đổ bột lên trên trái cây và cắt một thanh bơ và đặt các lát lên trên hỗn hợp.

d) Đặt nắp lên nồi và nấu với một vài xẻng than lửa trại nóng trên nắp trong khoảng 30-40 phút cho đến khi bánh bông lan và lớp phủ bên trên đã hoàn thành.

e) Bỏ than ra và thưởng thức. Tốt nhất là bạn nên để nguội. Trái cây bỏng làm bỏng miệng bạn của bạn!

91. đồ ngọt

THÀNH PHẦN:

- bánh quy lạnh
- bơ bị chảy
- Quế
- đường, mật ong hoặc mứt

HƯỚNG DẪN:

a) Lấy loại bánh quy tủ lạnh yêu thích của bạn và làm phẳng chúng một chút.

b) Quấn chúng quanh que và nướng cho đến khi vàng nâu và chín bên trong.

c) Lăn trong bơ tan chảy hoặc bơ thực vật (có thể xịt bơ) sau đó lăn hoặc lắc trong hỗn hợp quế và đường.

d) Bơ với đường nâu hoặc đường bột cũng được, hoặc bạn có thể dùng mật ong hoặc mứt/thạch.

92. Bánh quy bơ đậu phộng

THÀNH PHẦN:

- 1 chén bơ đậu phộng
- 1 chén bột mì
- 1 chén đường nâu
- ¼ chén sốt mayonaise
- ¼ chén mật ong

HƯỚNG DẪN:

a) Trộn các thành phần với nhau cho đến khi chúng đạt được độ đồng nhất mịn.

b) Chuẩn bị lửa bằng cách sử dụng một số củi sồi nấu chậm với một ít củi khô cho đến khi nó bị đốt cháy thành than trông giống dung nham đỏ. Trải đều than để lấp đầy hố từ bên này sang bên kia phù hợp với kích thước của chảo nấu bạn sẽ sử dụng.

c) Chảo gang hoặc thép nặng hoạt động rất tốt và hãy nhớ rằng chảo càng mỏng thì nhiệt độ nướng càng nóng. (Bạn muốn đảm bảo kỹ thuật nướng bằng lò nướng tự chế nhỏ, không bị xèo xèo hoặc cháy xém).

d) Đặt giá của bạn trên than để chênh lệch khoảng 5 inch so với than và giá.
e) Dùng tay nhào bột và múc khoảng 1 thìa bột trong lòng bàn tay rồi vo thành hình đồng xu cỡ nửa đô la, dày khoảng nửa inch. Sau đó đặt nó vào chảo và dùng nĩa ấn lên trên cho đến khi một ít bột ép qua các ngạnh.
f) Đổ đầy chảo một cách độc đáo với các khoảng cách nhỏ giữa các bánh quy.
g) Đậy chảo bằng một tờ giấy nhôm, nhưng không dán giấy bạc vào chảo. (Điều này sẽ cho phép quá trình nấu giữ nhiệt nhưng không thiết lập phòng xông hơi ướt).
h) Nêm chảo thật nhẹ vì bơ đậu phộng có dầu riêng.
i) Đặt chảo lên giá đã được làm nóng trên lửa và để ít nhất 15 phút để bánh quy nướng với phần ngọn được chẻ ra có màu nâu vàng nhạt hoặc đậm, tùy theo sở thích của bạn.

93. Táo Smore-tacular

THÀNH PHẦN:

- táo
- thanh sô cô la chia thành hình vuông
- kẹo dẻo lớn

HƯỚNG DẪN:

a) Để táo nguyên quả, dùng dụng cụ nặn dưa lấy lõi ra, nhưng để nguyên phần đáy.

b) Thả hai hình vuông của Hershey vào lỗ và bịt kín nó bằng một viên kẹo dẻo lớn.

c) Bọc trong giấy bạc và nấu trên than giống như bạn nướng khoai tây.

94. Cắm trại Dump Cake

THÀNH PHẦN:

- Bơ
- 16 ounce lon bánh trái cây
- 1 hộp bánh tráng trộn
- ½ cốc nước

HƯỚNG DẪN:

a) Bơ bên trong và dưới cùng của nắp lò Hà Lan.
b) Đổ nhân bánh vào lò Hà Lan.
c) Thêm hỗn hợp bánh. Trải đều.
d) Chấm bơ lên trên. Đổ nước lên trên.
e) Đặt nắp trên lò Hà Lan. Đặt lò Hà Lan trong than.
f) Xẻng một ít than trên nắp.
g) Nướng inch trong khoảng 30-45 phút.
h) Kiểm tra độ chín của bánh.
i) Nếu cần thiết, đặt lại trên than, kiểm tra cứ sau 10-15 phút.

95. Cherry Fudge Goodies

THÀNH PHẦN:

- 1 hộp hỗn hợp bánh hạnh nhân fudge
- 1 ½ cốc dừa nạo
- 1 ½ chén anh đào xắt nhỏ, kẹo
- 2 tb tinh dầu hương Cherry
- 1 chén quả óc chó xắt nhỏ, chia
- Đường bột (để làm topping)
- Rút ngắn, để bôi trơn

HƯỚNG DẪN:

a) Làm theo hướng dẫn trộn bánh hạnh nhân trên hộp. Thêm dừa, ¾ chén quả óc chó, dầu hương liệu và quả anh đào.

b) Pha trộn tốt! Đổ bột vào Lò nướng kiểu Hà Lan đã bôi mỡ hoặc chảo nướng có đậy nắp. Thêm than (5 trên, 7 dưới).

c) Nướng. Nó được thực hiện khi một con dao sạch sẽ.

d) Cho quả óc chó còn lại lên trên và rắc đường bột.

e) Để nguội. Cắt thành hình vuông.

96. Kem cà phê lon

Làm cho: 4 phần ăn

THÀNH PHẦN:

- 1 panh ½ & ½
- ½ chén đường
- 1 quả trứng (mình dùng máy đánh trứng thay thế)
- 1 muỗng cà phê vani hoặc 2 muỗng canh xi-rô sô cô la hoặc ¼ chén dâu tây

HƯỚNG DẪN:

a) Thêm các thành phần trên vào lon cà phê 1 pound. Đậy nắp lon cà phê và cố định bằng băng keo.

b) Đặt lon cà phê 1 pound vào lon cà phê 3 pound.

c) Xếp lớp đá bào và muối mỏ rồi đậy nắp hộp cà phê 3 pound.

d) Bây giờ niềm vui bắt đầu! Tìm một người bạn đồng hành. Ngồi trên mặt đất và lăn lon cà phê qua lại, cách nhau 3 đến 4 feet.

e) Lăn trong 8 đến 10 phút. Kiểm tra xem kem có cứng không. Nếu không, hãy đậy nắp lại và thêm đá và muối mỏ. Cuộn thêm 8 phút nữa. Phục vụ vào bát kích thước tốt.

97. bánh hạnh nhân đường mòn

THÀNH PHẦN:

- ½ chén bánh quy graham, nghiền nhỏ
- 1 muỗng canh sữa bột
- 2 muỗng canh quả óc chó, xắt nhỏ
- 2 ounce sô cô la chip

HƯỚNG DẪN:

a) Ở nhà: Đóng gói bánh quy giòn graham và các loại hạt trong một túi. Trong một túi riêng biệt, kết hợp sữa và khoai tây chiên.

b) Tại trại: Thêm 2 muỗng canh nước sôi vào hỗn hợp sữa/khoai tây chiên và khuấy cho đến khi tan chảy.

c) Nhanh chóng khuấy hỗn hợp cracker/nut và để nguội.

98. Lửa trại táo quế

THÀNH PHẦN:

- Táo
- Kẹo quế/Red Hots
- Giấy nhôm

HƯỚNG DẪN:

a) Sử dụng một con dao sắc hoặc dụng cụ bào táo để lấy lõi từng quả táo cẩn thận để không xuyên thủng hoàn toàn.

b) Đổ kẹo quế vào từng quả táo và bọc trong giấy bạc.

c) Đặt trên than nóng và đun cho đến khi kẹo tan chảy và táo khá mềm.

d) Bật than thường xuyên để đảm bảo sưởi ấm đều. Nếu bạn thích nhiều kẹo hơn ở giữa, hãy lấy phần nhân lớn hơn của quả táo và thưởng thức phần cắt ra khi bạn đợi nó chín

e) Những thứ này rất nóng và nên được mở từ trên xuống và để yên trong khoảng 10 phút sau khi lấy ra khỏi than trước khi thử ăn chúng.

99. Bánh quế cà phê lửa trại

THÀNH PHẦN:

- 1 muỗng canh Bơ hoặc bơ thực vật
- 1 chén hỗn hợp bánh quy đóng gói (Bisquick, v.v.)
- ⅓ cốc Sữa cô đặc, không pha loãng
- 1 tb đường quế đã chuẩn bị

HƯỚNG DẪN:

a) Làm bánh cà phê: Cắt bơ thành những miếng nhỏ trên hỗn hợp bánh quy trong bát vừa. Quăng nhẹ bằng nĩa cho đến khi bơ được phủ.

b) Làm một cái giếng ở trung tâm.

c) Đổ sữa và đường quế vào, dùng nĩa khuấy đều cho đến khi hỗn hợp ẩm.

d) Biến bột thành một cái chảo nặng, sáng bóng 8 inch, được bôi mỡ nhẹ và rắc bột mì.

e) Dùng tay vỗ đều bột vào chảo.

f) Nấu, đậy nắp, ở nhiệt độ rất thấp, từ 12 đến 15 phút hoặc cho đến khi que thử bánh hoặc que gỗ cắm vào giữa lấy ra sạch sẽ.

CHO ĐỈNH CAO:

g) Phết bánh cà phê với 2 thìa bơ hoặc bơ thực vật.

h) Sau đó rắc 1 muỗng cà phê đường quế đã chuẩn bị lên trên tất cả.

i) Cắt thành các phần tư, và phục vụ ấm áp.

100. nước xốt lửa trại

THÀNH PHẦN:

- 2 chén phô mai Cheddar HOẶC Thụy Sĩ
- 2 tb Bột mì đa dụng
- ¼ muỗng cà phê ớt bột
- 1 lon súp kem cần tây
- ½ cốc bia hoặc rượu trắng hoặc nước

HƯỚNG DẪN:

a) Kết hợp súp và bia. Đun nóng trong ấm trên lửa nhỏ.

b) Trộn phô mai, bột mì và ớt bột với nhau.

c) Thêm vào ấm, khuấy cho đến khi phô mai tan chảy hoàn toàn.

d) Phục vụ với khối bánh mì Pháp.

PHẦN KẾT LUẬN

Làm cho buổi cắm trại tiếp theo của bạn trở nên dễ dàng với cuốn sách Công thức Cắm trại Cuối tuần Đơn giản này. Có những bữa ăn dễ dàng cho buổi cắm trại cuối tuần cơ bản khi bạn lái xe đến hoặc đỗ xe gần khu cắm trại của mình, có tủ lạnh và về cơ bản có nhiều không gian cho những vật dụng cần thiết của bạn.

Vẻ đẹp của chuyến đi cắm trại cuối tuần là khả năng tiếp cận địa điểm dựng lều của bạn và không cần phải tiết kiệm thêm một số vật dụng tiện nghi. Thưởng thức!

www.ingramcontent.com/pod-product-compliance
Lightning Source LLC
LaVergne TN
LVHW021220061026
849535LV00008B/2841